# Get started in Vietnamese

Dana Healy

**Also available
as an ebook**

# Contents

# Meet the author

Dana Healy is a Senior Lecturer in Vietnamese Studies at the School of Oriental and African Studies (SOAS), University of London. She has been responsible for establishing a comprehensive undergraduate, postgraduate and MPhil/PhD programme that embraces wide-ranging aspects of Vietnamese studies, including language, literature and cinema. Her research interests include modern Vietnamese cultural studies, literature, cinema and internet culture.

# How the book works

## Key facts about the Vietnamese language

Vietnamese is the official language of Vietnam; it is the mother tongue of the Việt (Kinh) people and a common language of 53 other ethnic minorities living in Vietnam. The Vietnamese language is also spoken in sizeable Vietnamese communities abroad which form the Vietnamese diaspora (United States, Australia, France, Canada, United Kingdom, Germany and in many Asian countries such as Korea, Japan, Thailand . . .).

The Vietnamese language forms a part of the Austro-Asiatic family of languages. It belongs to the Mon-Khmer group. The Vietnamese language is not linguistically connected to Chinese which is a common misconception based on the fact that the Chinese language was for centuries used as medium of administration and education in Vietnam.

Traditionally, three main dialects of Vietnamese have been identified: Northern Vietnamese, Central Vietnamese and Southern Vietnamese. In recent years scholars have made the case for acknowledging the existence of a fourth distinct dialect: North-Central Vietnamese. Many of the differences between the dialects relate to pronunciation; there also exist some minor vocabulary differences but the dialects are mutually intelligible.

Vietnamese is a tonal language. It makes use of tonal distinctions to differentiate lexical meaning: words are pronounced with a different pitch level of the voice and for most foreigners it is the tones that present the biggest hurdle in learning the language. Standard Vietnamese has six tones.

Vietnamese is an analytic/isolating (non-inflective) language (i.e. words are invariable). Picking up the basics of Vietnamese grammar is relatively easy. The word order is crucial: individual grammatical categories are created by means of grammatical words which are inserted into a precisely defined position in a sentence.

The modern Vietnamese writing system, *quốc ngữ*, uses the Latin alphabet with a few special diacritics (to mark, for example, individual tones). The script was created by European missionaries in the 17th century but was not widely used in Vietnam until the late 19th/early 20th century.

Computer support for Vietnamese. The *Unicode* character set contains all Vietnamese characters and the Vietnamese currency symbol.

# How the book works

*Get started in Vietnamese* is intended for complete beginners. Each unit is structured in the following way:

▶ **What you will learn** identifies what you should be able to do in Vietnamese by the end of each unit.

▶ **Culture point** presents an interesting cultural aspect related to Vietnam or the unit theme.

▶ **Vocabulary builder** introduces key unit vocabulary grouped by theme and conversation, accompanied by audio. By learning the words, listening to them, reading them out loud and writing them down, you will be able to progress through the book and expand your vocabulary capacity.

▶ **Conversations** are recorded dialogues that you can listen to and practise, beginning with a narrative that helps you understand what you will hear, with a focusing question and follow-up activities.

▶ **Language discovery** focuses on language points and grammatical patterns (most of which would have appeared in the conversations). Read the explanations and look at the conversation to see how the language rules work in practice.

▶ **Practice** offers a variety of exercises in speaking, listening, reading and writing, which give you a chance to use and bring together the vocabulary and grammatical patterns you have just learned. You can do role-plays, spontaneous speaking, listen to spoken Vietnamese on a variety of key topics and practice reading and writing.

▶ **Listen and understand** offers additional listening practice on key unit points.

▶ **Go further!** presents a variety of additional vocabulary and grammar for those who want to progress faster.

▶ **Test yourself** helps you assess what you have learnt. You learn more by doing the tests without consulting the text. Only when you have completed them check if your answers are correct.

▶ **Useful expressions** lists commonly used every day phrases.

▶ **Review units** sum up what you have learnt in the previous units. There are three review units: after Unit 3, after Unit 6 and after Unit 10. If you master all questions in the review unit then you are ready to move on to the next unit. If not then go back and refresh your knowledge.

▶ **The Answer key** helps you check your progress by including answers to the activities both in the main units and in the review units.

You will have to tackle the pronunciation first and get to grips with the Vietnamese tones (all six of them). It is essential that you learn each new word with the correct tone. It helps if you pronounce the words aloud and write them down. It pays off to master the tones properly: they form an intrinsic part of each word and its meaning. Many foreigners have been caught out by mispronouncing their tones and inadvertently providing amusement to their listeners by imparting a completely different message from the one they intended.

Vietnamese grammar, by contrast, is relatively easy. Each grammatical category is formed by an appropriet grammatical word, which is inserted into a predetermined position in the sentence. Word order is, therefore, crucial.

Study the units at your own pace, and use the audio frequently.

# Symbols used in this book

Listen to audio

Speak – speak Dutch out loud (even if you're alone)

Pronunciation icon

Culture tip

Reading passage

Write and make notes

# Learn to learn

## The Discovery method

There are lots of approaches to language learning, some practical, some quite unconventional. Perhaps you know of a few, or even have some techniques of your own. In this book we have incorporated the **Discovery method** of learning, a sort of DIY approach to language learning. What this means is that you will be encouraged throughout the course to engage your mind and figure out the language for yourself, through identifying patterns, understanding grammar concepts, noticing words that are similar to English and more. This method promotes language awareness, a critical skill in acquiring a new language. As a result of your own efforts, you will be able to better retain what you have learnt, use it with confidence, and, even better, apply those same skills to continuing to learn the language (or, indeed, another one) on your own after you've finished this course.

Everyone can succeed in learning a language – the key is to know how to learn it. Learning is more than just reading or memorizing grammar and vocabulary. It's about being an active learner, learning in real contexts, and, most importantly, using what you've learnt in different situations. Simply put, if you figure something out for yourself, you're more likely to understand it. And when you use what you've learnt, you're more likely to remember it. And because many of the essential but (let's admit it!) dull details, such as grammar rules, are introduced through the Discovery method, you'll have more fun while learning. Soon, the language will start to make sense and you'll be relying on your own intuition to construct original sentences independently, not just listening and repeating.

Enjoy yourself!

# ⚡ Pronunciation guide

## Tones

Vietnamese is a tonal language and learning the tones is one of the most difficult parts of studying Vietnamese. Unless you are familiar with another tonal language, the concept of tones is going to seem unusual at first. Each word (syllable) in Vietnamese is pronounced with a different pitch level of voice (the best comparison is that with singing). The tones have a distinctive function and are an integral part of each word.

Standard Vietnamese (which you are going to learn in this course) has six tones. The tones are marked by special diacritics. Tone diacritics are written above and in one case, below, the vowel in a syllable (word). The following table illustrates the diacritics using a simple word **ma**.

|   | Vietnamese | English translation | Diacritic | Characteristic of the tone |
|---|---|---|---|---|
| 1 | **ma** | *ghost* | none | high, level tone |
| 2 | **mà** | *but* | ` | low (falling), level tone |
| 3 | **mã** | *horse* | ~ | rising broken tone with a glottal stop in the middle |
| 4 | **mả** | *grave* | ' | falling-rising tone |
| 5 | **má** | *cheek* | ´ | rising tone |
| 6 | **mạ** | *rice seedling* | . | sharp falling tone with a heavy glottal stop |

> **LANGUAGE TIP**
> Dictionaries vary a lot as to the sequence of tones. You will have to check your own dictionary to see which sequence it uses.

🎧 00.01 **It's time to put the theory into practice. Listen and repeat carefully.**

| 1 | ba | bà | bã | bả | bá | bạ |
|---|---|---|---|---|---|---|
| 2 | ma | mà | mã | mả | má | mạ |
| 3 | be | bè | bẽ | bẻ | bé | bẹ |

| 4 | me | mè | mẽ | mẻ | mé | mẹ |
| 5 | le | lè | lẽ | lẻ | lé | lẹ |
| 6 | vi | vì | vĩ | vỉ | ví | vị |
| 7 | bo | bò | bõ | bỏ | bó | bọ |
| 8 | to | tò | tõ | tỏ | tó | tọ |
| 9 | go | gò | gõ | gỏ | gó | gọ |
| 10 | mo | mò | mõ | mỏ | mó | mọ |
| 11 | lo | lò | lõ | lỏ | ló | lọ |
| 12 | ban | bàn | bãn | bản | bán | bạn |
| 13 | in | ìn | ĩn | ỉn | ín | ịn |
| 14 | ve | vè | vẽ | vẻ | vé | vẹ |
| 15 | tu | tù | tũ | tủ | tú | tụ |
| 16 | mu | mù | mũ | mủ | mú | mụ |
| 17 | bua | bùa | bũa | bủa | búa | bụa |
| 18 | lua | lùa | lũa | lủa | lúa | lụa |
| 19 | lam | làm | lãm | lảm | lám | lạm |

#  The Vietnamese alphabet

**a ă â b c (ch) d đ e ê g (gh) (gi) h i k (kh) l m n (ng) (ngh) o ô ơ p (ph) q r s t (th) (tr) u ư v x y**

This is the established order of the Vietnamese alphabet. As you can see, the letters without any diacritics precede those with diacritics.

Let us familiarize ourselves with the way the alphabet is pronounced.

**VOWELS AND DIPHTHONGS**

**00.02 Listen and repeat.**

| a | ba, là, hát |
| ă | ăn |
| â | bân, lần |
| e | mẹ, vé, đem, len |
| ê | về, đêm, lên |
| i | in, ít, mít |
| o | to, lo, bò |

| ô | hồ, bố |
| u | hút, bút |
| ư | ưa, mưa, vừa |
| y | ý, y |
| iê/yê | viên, quyển, miền, yên |
| uô | xuống, vuông, muốn, uống |
| ươ | hương, vườn, mượn, xương |

## CONSONANTS

**00.03 Listen and repeat.**

| b | bán, bao, biển, bố |
| c | ca, cao, của |
| | final position – học, bác |
| ch | chào, chó, chậm |
| | final position – gạch, sách, lịch |
| d | dài, dùng, diễn |
| đ | đá, đường, đi |
| g | ga, gỗ, gương |
| gh | ghét, ghi |
| gi | già, giúp |
| h | hát, hết, hương |
| k | kim, kia, kiểm |
| kh | khát, khỏe, khách, khóc, khuyên |
| l | là, làm, loại, lương |
| m | mèo, mắt, miệng |
| n | nam, nữ, nước |
| ng/ngh | ngủ, ngon, nghỉ, ngồi, nghiệp, ngầm |
| | nghìn, nghê |
| | final position – tiếng, vâng, không, lòng |
| p | pan |
| r | ra, rét, rồi, rạp, riêng |
| s | sẽ, sốt, sắp, sạch |
| t | to, tài, tiếp, tập |

| v | và, văn, viết, về, vườn |
|---|---|
| x | xa, xin, xong |
| nh | nhà, nhỏ, như, nhiều |
| | final position – anh, lạnh, bệnh, nhanh |
| ph | phố, phim, phở, phượng |
| th | thích, thăm, thường, |
| tr | trăm, trẻ, trong, trắng |

**00.04** To help you understand the different pronunciation of some difficult sounds, listen and repeat the following contrasting combinations:

a – ă van, văn; tám, tắm; bán, bắn; ngán, ngắn; khan, khăn; bát, bắt; hăm, ham; mát, mắt; sát, sắt; lam, lắm; rán, rắn

â – a mấy, máy; bảy, bẩy; bận, bạn

a – ă – â tám, tắm, tâm; cam, căm, câm; bám, băm, bẩm; mát, mắt, mất; chăm, chàm, châm; chăn, chan, chân; hăm, ham, hâm

e – ê đem, đêm; đèn, đền; đẻ, để; kẻ, kể; len, lên; nén, nên; ném, nếm; quen, quên; phe, phê; tem, têm; xép, xếp

ô – o cô, co; chóng, chống; tô, to; hồ, ho; sóng, sông; ngôn, ngon; trông, trong; trò, trổ; thỏ, thổ; phó, phố; phòng, phông; góc, gốc;

ô – o – ơ con, côn, cơn; chộn, chọn, chợn; hỗ, hò, hờ; tôm, tom, tơm; ươ mượn; phương; hương; nước; được; ươn

ươi người; lười; rưỡi; tươi; cưới

uôi cuối; buổi; tuổi; chuối

ua – ưa của, cửa; vua, vừa; mùa, mưa; chùa, chưa; iưa giữa

ai – ay tai, tay; mai, may; chai, chay; mái, máy; hai, hay; bài, bay

ui – uy tùi, tùy;

h – kh hát, khát; học, khóc

c – kh cái, khai; có, khó; cu, khu; công, không; cam, kham; can, khán; cấp, khắp;

n – ng/ngh nửa, ngựa; nai, ngài; nanh, ngành; neo, nghèo; nia, nghĩa; nát, ngát

nh – ng nhà, ngà; nhiệp, nghiệp; nhựa, ngựa

t – th tôi, thôi; từ, thư; thủy, tùy; tin, thìn; tuần, thuần; thú, tủ; tò, thò; tấp, thấp

**00.05 Listen and repeat.**

Anh là ai?

Ông làm gì?

Hoa đọc sách.

Hương đi đâu?

Đây là cái gì? Đây là cái bàn.

Kia là con chó.

Sinh viên học tiếng Việt.

Bố tôi làm việc.

Chị Liên ngủ.

Anh Phê nghỉ.

Bà Mai ra chợ.

Anh gọi điện thoại.

Chúng ta đi nhé.

Chị tôi rất thích ăn phở.

**00.06 This is how Vietnamese children learn their alphabet. Listen and repeat.**

Bé lon ton ra ngõ đón bà.

Bà cho bé quả cam.

Mẹ bế bé đi nhà trẻ.

Cô ân cần đón bé. Cô hôn bé.


Thu về cúc nở, sực nức mùi thơm.

Búp sen nhỏ

Bên bờ ao

Như tay bé

Vẫy trời cao.

Mỗi tấc đất

Thấm bao giọt mồ hôi

Cho bát cơm thơm bùi

Cho em vui ca hát.

Trâu ơi ta bảo trâu này,

Trâu ăn no cỏ trâu cày với ta.

Mặt trời lên ấm đất quê ta

Thôn xóm vui cấy cầy gặt hái.

đêm hè trời đầy sao

bé nằm ngủ thiu thiu

Lá cây reo rì rào

Như ru cho bé ngủ.

Con gà mái mẹ

Cặm cụi tìm mồi

để đàn con nhỏ

Nhởn nhơ vui chơi.

Trời ren rét

Tết đến rồi

đào, mai nở

Thật là vui.

# Useful expressions

**COMMUNICATION ESSENTIALS**

| | |
|---|---|
| Hello! | **Xin chào! Chào** + *kingship term/ proper name* **(Chào anh! Chào chị! Chào ông Phê!)** |
| Goodbye! | **Chào! Xin chào. Chào tạm biệt!** |
| How do you do./I'm pleased to meet you. | **Rất hân hạnh được gặp anh/chị.** |
| yes | **vâng** |
| no | **không** |
| Thank you. | **Cám ơn.** |
| I don't understand. | **Tôi không hiểu.** |
| How are you? | **Anh/chị có khỏe không?** |
| Fine, thank you. | **Cám ơn, tôi khỏe.** |
| Do you speak English? | **Anh/chị có biết tiếng Anh không?** |
| I can't speak Vietnamese. | **Tôi không biết tiếng Việt.** |
| Sorry/Excuse me! | **Xin lỗi!** |
| My name is . . . | **Tên tôi là . . .** |
| What is your name? | **Tên anh/chị là gì?** |
| What nationality are you? | **Anh/chị là người nước nào?** |
| How old are you? | **Anh/chị bao nhiêu tuổi?** |
| Do you have . . . ? | **Anh/chị có . . . không?** |
| Can I . . . ? | **Tôi . . . có được không?** |
| Where is . . . ? | **. . . ở đâu?** |
| When? | **Bao giờ?** |
| How long? | **Bao lâu?** |
| How far? | **Bao xa?** |
| How much? | **Bao nhiêu? Mấy?** |
| What is this? | **Đây là cái gì?** |

| How much is this? | Cái này giá bao nhiêu? |
| How do you say this in Vietnamese? | Cái này bằng tiếng Việt gọi là gì? |
| passport | hộ chiếu |
| visa | thị thực |
| ticket | vé |
| railway station | nhà ga |
| airport | sân bay |
| hotel | khách sạn |
| bank | ngân hàng |
| I want to change 100 US$ into Vietnamese dongs. | Tôi muốn đổi 100 đô la Mỹ ra tiền Việt. |
| credit card | thẻ tín dụng |
| I am hungry. | Tôi đói. |
| I am thirsty. | Tôi khát. |
| I am ill. | Tôi bị ốm. |

## EMERGENCIES

| ambulance 115 | xe cấp cứu |
| hospital | bệnh viện |
| police 113 | công an |
| fire brigade 114 | cứu hỏa |
| Can you help me? | Anh có thể giúp tôi không? |
| I have lost money. | Tôi bị mất tiền. |
| I need to call the Embassy. | Tôi cần gọi điện đại sứ quán. |
| I am lost. | Tôi bị lạc đường. |
| I want to go to . . . | Tôi muốn đi đến . . . |

## SIGNS AND NOTICES

| Exit | Lời ra |
| Entrance | Lời vào |
| No entry | Cấm vào |
| No smoking | Cấm hút thuốc |
| No entry for cars | Cấm lái xe vào đường này |
| No parking | Cấm đỗ xe ở đây |

## NUMBERS

| | | | |
|---|---|---|---|
| 1 | một | 24 | hai mươi bốn/hai mươi tư |
| 2 | hai | 25 | hai mươi lăm |
| 3 | ba | 30 | ba mươi |
| 4 | bốn | 40 | bốn mươi |
| 5 | năm | 50 | năm mươi |
| 6 | sáu | 100 | một trăm |
| 7 | bảy | 101 | một trăm linh (lẻ) một |
| 8 | tám | 105 | một trăm linh (lẻ) năm |
| 9 | chín | 200 | hai trăm |
| 10 | mười | 300 | ba trăm |
| 11 | mười một | 1,000 | một nghìn/một ngàn |
| 15 | mười lăm | 10,000 | mười nghìn/mười ngàn |
| 20 | hai mươi | 1,000,000 | một triệu |
| 21 | hai mươi mốt | | |

# How to greet people

Vietnamese people greet each other by saying **chào** followed by the name or a kinship term relevant to the person(s) they are greeting (or both).

**Chào ông!** (*Hello!* Used when addressing an older man), **Chào bà!** (*Hello!* Used when addressing an older woman), **Chào chị Linh!** (*Hello Miss Linh!*).

It may be difficult for you to select the correct kinship term when meeting somebody for the first time. In this case, the easiest option is to add a polite expression **xin** (*please*) and say **Xin chào!** This way you avoid having to search for the correct kinship term while still remaining polite. **Chào** is used both as *hello!* and *goodbye!* The Vietnamese language does not have the equivalent of *Good morning! Good evening!*, etc. and the basic greeting formula can be used at any part of the day.

# 1 Xin chào. Anh có khỏe không?

*Hello. How are you?*

**In this unit you will learn how to:**
▶ *say* hello *and* goodbye.
▶ *introduce yourself and others.*
▶ *state your name and nationality.*
▶ *address people correctly.*
▶ *create simple sentences* I am . . . , I am not. . . .

**CEFR:** *(A1) Can establish basic social contact by using simple everyday forms of greetings and farewells; introductions; can address people and ask about their name and nationality.*

## How to address people

Addressing people in Vietnamese is not as simple as you might expect because the Vietnamese language does not have a complete system of personal pronouns. When addressing each other or referring to themselves, the Vietnamese use kinship terms (terms denoting relations within a family). This aspect of Vietnamese language is notoriously difficult for foreigners to master as the choice of the appropriate term depends on many attributes such as gender, age, social status or general level of politeness. First, second and third person distinctions are minimal (in most cases the kinship terms are used as both *you* and *I* but can also be used as a third person reference, *he* and *she*). The following table lists the main kinship terms which should be sufficient for you to use in most everyday situations.

01.01

| **anh** | *older brother* (used when addressing a younger man) |
|---------|---|
| **chị**  | *older sister* (used when addressing a younger woman) |
| **em**  | *younger sibling* (both male or female) (use when addressing young people and children) |
| **ông** | *grandfather* (closest to English *Mr* or *Sir*) |
| **bà**  | *grandmother* (closest to English *Mrs*) |

It is normal for the Vietnamese to ask personal questions about your age, marital status, children, etc. even though they might have only just met you. They are not just being inquisitive; there is a very legitimate reason for it. What is the reason?

2

# 🎧 Vocabulary builder

## GREETINGS

🎙 **01.02 Read the following words and phrases. Then listen to the audio and try to imitate the pronunciation.**

| | |
|---|---|
| Chào anh/chị/em/bà/ông. . . . | *Hello.* |
| Tên anh/chị là gì? | *What is your name?* |
| Tên tôi là . . . | *My name is . . .* |
| Đây là . . . | *This is . . .* |
| Tôi là . . . | *I am . . .* |

**1  Mark is saying hello to various people. Read what he says and determine if he is talking to a woman or a man.**

    **a**  Chào chị. Chị có khỏe không?

    **b**  Chào ông Dũng. Ông có khỏe không?

    **c**  Xin chào anh Nam.

    **d**  Chào cô Hoa.

    **e**  Chào bà.

    **f**  Chào em.

    **g**  Chào anh Trung.

    **h**  Chào em Lan.

    **i**  Chào ông Tuấn.

    **j**  Xin chào bà.

**2  How would you greet the following people in Vietnamese?**

    **a**  Mr Công

    **b**  Mrs Brown

    **c**  Miss Loan

    **d**  Miss Tiên

    **e**  Mr Dũng and Trung (young boy)

    **f**  Mrs Lan and Miss Liên

## New expressions

| | |
|---|---|
| Anh/chị có khỏe không? | *How are you?* |
| Xin lỗi. | *Excuse me.* |
| Cám ơn. | *Thank you.* |
| Tôi khỏe. | *I am fine.* |
| Còn chị/anh? | *And what about you?* |
| Tôi bình thường. | *I am as usual.* |
| Anh/chị là người nước nào? | *Where are you from? What is your nationality?* |
| Xin giới thiệu với anh/chị: đây là . . . | *May I introduce to you . . .* |
| Rất hân hạnh được gặp anh/chị. | *Pleased to meet you.* |

# Conversation and comprehension

**1** 01.03 **Listen to these people saying hello to each other. Who is older, Mark or Nam?**

| | |
|---|---|
| **Mark** | Chào ông. |
| **Ông Nam** | Chào anh. |
| **Mark** | Ông có khỏe không? |
| **Ông Nam** | Cám ơn, tôi khỏe. Còn anh? |
| **Mark** | Cám ơn. Tôi bình thường. |

**2** 01.04 **Mary and Phê are talking. Listen to their conversation.**

| | |
|---|---|
| **Mary** | Chào ông. |
| **Phê** | Chào bà. Xin lỗi bà, tên bà là gì? |
| **Mary** | Tên tôi là Mary. Còn ông, tên ông là gì? |
| **Phê** | Tên tôi là Phê. |

  **a** What is the meaning of **xin lỗi**?
  **b** Can you identify the Vietnamese word meaning *what*?

**3** 01.05 **Listen to these people talking, then answer the questions.**

| | |
|---|---|
| **Peter** | Chào chị. |
| **Lan** | Chào anh Peter. Đây là Hoa, bạn tôi. |
| **Peter** | Chào chị Hoa. Rất hân hạnh được gặp chị. |
| **Hoa** | Cám ơn anh. Tôi cũng rất hân hạnh được gặp anh. |

    **a**  What is the relationship between Lan and Hoa?

    **b**  Can you identify the meaning of **cũng**?

**4** 01.06 **Listen to the following conversation and answer the questions.**

| | |
|---|---|
| **Linh** | Chào anh. Anh có khỏe không? |
| **Long** | Chào chị Linh! Cám ơn chị, tôi khỏe. Còn chị, chị có khỏe không? |
| **Linh** | Cám ơn anh, tôi bình thường. |
| **Long** | Xin giới thiệu: Đây là David, bạn tôi. |
| **Linh** | Chào anh. Rất vui được gặp anh. Anh là người nước nào? |
| **David** | Tôi là người Anh. |

    **a**  What is the Vietnamese word for *country*?

    **b**  Who is David?

# 🔓 Practice

**1** **Match the Vietnamese sentences on the left with their English translation on the right.**

| | | | |
|---|---|---|---|
| **a** | Anh có khỏe không? | **1** | Where are you from? |
| **b** | Anh là người nước nào? | **2** | Excuse me, what is your name? |
| **c** | Rất hân hạnh được gặp chị. | **3** | I am Mark. |
| **d** | Xin lỗi chị, tên chị là gì? | **4** | How are you? |
| **e** | Tôi là Mark. | **5** | Thank you. |
| **f** | Cám ơn anh. | **6** | I am very pleased to meet you. |

**2** **Now listen again to the conversations line by line and repeat what each speaker says.**

# Learn more

## CONJUGATION

There is no conjugation of verbs in Vietnamese. In other words, the verb ending always remains the same (regardless of who does the action or the tense). Different grammatical categories are created using grammatical words (particles) that are placed in a specific position in a sentence.

## SENTENCE STRUCTURE

A regular Vietnamese sentence follows the word order of Subject-Verb-Object.

| Subject | Verb | Object | |
|---------|------|--------|---|
| **Tôi** (I) | **là** (to be) | **Helen.** (Vietnamese) | I am Helen. |
| **Anh Phê** (Phê) | **là** (to be) | **người Việt.** (Vietnamese) | Phê is Vietnamese. |
| **Đây** (This, here) | **là** (to be) | **bạn tôi.** (my friend) | This is my friend. |
| **Tên tôi** (My name) | **là** (to be) | **Hoa.** (Hoa) | My name is Hoa. |
| **Tôi** (I) | **là** (to be) | **người Anh.** (Vietnamese) | I am English. |

## NEGATION

The most common marker of negation in Vietnamese is **không**. **Không** is placed before the word it negates. The verb **là** (*to be*) is negated using **không phải**.

| **Tôi** | **không phải là** | **người Anh.** | I am not English. |
|---------|-------------------|----------------|-------------------|
| **Chị Ngọc** | **không phải là** | **bạn tôi.** | Miss Ngọc is not my friend. |
| **Anh Phê** | **không phải là** | **người Việt.** | Phê is not Vietnamese. |
| **Tên tôi** | **không phải là** | **Peter.** | My name is not Peter. |
| **Đây** | **không phải là** | **bà Hạnh.** | This is not Mrs Hạnh. |

**1 Can you understand the following sentences?**

   a   Tôi là người Anh.
   b   Tên tôi không phải là Liên.
   c   Đây là bạn tôi.
   d   Anh Nam không phải là bạn tôi.
   e   Em Ngọc không phải là người Anh.
   f   Đây không phải là bà Hạnh, đây là cô Yến.

**2 Now try to say the following in Vietnamese.**

   a   My name is John.
   b   This is not my friend Tom, this is my friend Mark.
   c   Mark is not Vietnamese, Mr Dũng is Vietnamese.
   d   My name is not David.
   e   This is Miss Hạnh.

**3 Which of the following sentences are incorrect? Why?**

   a   Tên tôi không là Liên.
   b   Đây không là em Hạnh, đây là em Yến.
   c   Đây là bạn tôi.
   d   Anh Trung không phải là bạn tôi.
   e   Em Ngọc không là người Anh.
   f   Tên tôi không phải là Nam.

# Pronunciation and speaking

**1 Read the following sentences out loud, paying attention to your pronunciation. Translate these sentences into English.**

   a   Chào ông, ông có khỏe không?
   b   Chào bà. Cám ơn bà, tôi khỏe. Còn bà?
   c   Cám ơn ông, tôi cũng khỏe.
   d   Đây là anh Dũng.
   e   Anh Nam chào chị Lan.
   f   Anh David, anh có khỏe không? Cám ơn, tôi bình thường.
   g   Tên tôi không phải là Nam, tên tôi là Dũng.
   h   Bạn tôi không phải là người Việt.

**2 How would you greet the following people?**

   a   chị Loan và bà Ngọc
   b   cô Hiền và anh Phan
   c   ông Cường và chị Nguyệt
   d   ông Hùng và bà Liên
   e   anh Vinh
   f   em Lan

**3 Introduce the following people to your Vietnamese friend.**

    **a** ông Hùng

    **b** Mr Brown

    **c** chị Hoa (your friend)

    **d** anh Mark (an Englishman)

    **e** bà Margaux (French)

    **f** Mrs Green

**4 What do you say when . . .**

    **a** you meet your friend in the street?

        **1** Chào anh. Anh có khỏe không?

        **2** Xin lỗi, tên anh là gì?

        **3** Tôi bình thường.

    **b** you want to introduce your friend?

        **1** Tên anh là gì?

        **2** Đây là chị Hoa, bạn tôi.

        **3** Chị Hoa không phải là bạn tôi.

    **c** you want to ask about somebody's nationality?

        **1** Anh là người nước nào?

        **2** Anh có khỏe không?

        **3** Anh tên là gì?

    **d** you want to say goodbye to your friend Nam?

        **1** Chào anh Nam.

        **2** Xin lỗi anh Nam.

        **3** Cám ơn anh Nam.

**5 Make the following sentences negative.**

    **a** Tên tôi là Nam.

    **b** Cô Hoa là bạn tôi.

    **c** Đây là bà Hạnh và em Liên.

    **d** Em Liên là bạn tôi.

    **e** Bạn tôi tên là Dũng.

    **f** Đây là ông Trung.

    **g** Tên tôi là Lan.

    **h** Ông Công là bạn tôi.

# Reading and listening

**1** **Read the following text carefully and try to answer the questions below:**

Tên tôi là Dũng. Tôi là người Việt Nam. Đây là anh David và anh Maurice. David là người nước nào? Anh là người Anh. Còn anh Maurice, anh Maurice là người nước nào? Anh Maurice không phải là người Anh, Maurice là người Pháp. Đây là bạn tôi Hoa. Hoa cũng là người Việt. Anh Maurice chào chị Hoa. Anh David cũng chào chị Hoa. Anh Nam là anh chị Hoa. Anh Nam cũng là bạn tôi.

**a** Who is Hoa?
**b** Is Hoa Dũng's friend?
**c** What nationality is Dũng?
**d** Is Maurice American?
**e** Is David French?
**f** What nationality is Hoa?

**g** Who is Nam?
**h** Does Hoa know Nam?
**i** Is Nam Dũng's brother?
**j** Who is Maurice greeting?
**k** Is Hoa Vietnamese?

**GO FURTHER**

**How are you? Anh có khỏe không?**

Here are some additional phrases to answer the question **Anh/Chị có khỏe không?** (*How are you?*).

| | |
|---|---|
| **Tôi khỏe.** | *I am fine.* |
| **Tôi bình thường.** | *I am as usual.* |
| **Tôi không khỏe lắm.** | *I am not very well.* |
| **Tôi mệt.** | *I am tired.* |
| **Anh là người nước nào?** | *Which country are you from? (What nationality are you?)* |

If you want to indicate somebody's nationality in Vietnamese, you need to use the word **người** (*person*) followed by the appropriate country. We have already learnt some nationalities earlier in this unit. Increase your vocabulary by remembering some more nationalities:

**Tôi là** (*I am*)

**người Anh** (*English*)
**người Pháp** (*French*)
**người Trung Quốc** (*Chinese*)
**người Nhật** (*Japanese*)
**người Mỹ** (*American*)
**người Nga** (*Russian*)
**người Hàn Quốc** (*Korean*)
**người Thái** (*Thai*)
**người Ý** (*Italian*)

**2** 01.07 **Now listen carefully to find out the nationalities of Gertrude, Liam, Misaki, Michel, Robert, Lan and Yến.**

**a** Bà Gertrude không phải là người Nga, bà là người Đức.
**b** Anh Liam là người Anh.
**c** Cô Misaki không phải là người Trung Quốc, chị Misaki là người Nhật.
**d** Ông Michel không phải là người Việt Nam, ông Michel là người Pháp.
**e** Ông Robert là người Mỹ.
**f** Em Lan là người Việt Nam.

# ? Test yourself

**1** **Fill in the missing information about yourself:**

**a** Tên tôi là _____.
**b** Tôi là người _____.
**c** Bạn tôi tên là _____.
**d** Bạn tôi là người _____.

**2** **Give Vietnamese equivalents.**

**a** Hello. How are you?
Hello, I am fine. And what about you? How are you?
Thank you, I am well.
**b** Excuse me, what is your name?
My name is Hoa. And what is your name?
My name is Helen. And this is Peter.
**c** Good morning, Hạnh.
Good morning, Mary. How are you?
I am fine, thank you. This is my friend Helen.
Hello, Helen. Pleased to meet you.
**d** Hello Hạnh, this is my friend Mark.
Hello Mark, very nice to meet you. Where are you from?
I am English.

**3 Can you understand the following sentences?**

    **a** Chào chị Liên. Chị có khỏe không?

    **b** Tên tôi là Mai và bạn tôi tên là Lan.

    **c** Đây là anh Chinh, bạn tôi. Anh Chinh là người Việt Nam.

    **d** Anh David không phải là người Mỹ, anh David là người Anh.

    **e** Tên anh là gì?

    **f** Bà Mai chào ông Dũng.

    **g** Helen là người nước nào? Helen là người Mỹ.

    **h** Bà Hạnh rất hân hạnh được gặp anh Trung.

    **i** Ông Tuấn không phải là bạn tôi.

    **j** Bạn tôi không phải là người Pháp.

**4 Fill in the missing expressions.**

    **a** Chào chị. Chị có khỏe _____?

    **b** Tên tôi _____ phải là Trung.

    **c** Anh David không phải là _____ Việt Nam.

    **d** Tên anh là _____?

    **e** Cô Lan là người _____ nào?

    **f** Đây không phải _____ ông Brown, đây là ông Black.

    **g** Anh có _____ không?

**5 Fill in the missing diacritics.**

Ten toi la Lan. Ban toi ten la Hoa. Chi Hoa co khoe khong? Cam on anh, toi khoe. Anh ten la gi? Anh Trung khong phai la nguoi Phap, anh la nguoi Viet Nam. Ong Nam chao ba Lan.

## SELF CHECK

| | **I CAN. . .** |
|---|---|
| ◯ | …say *hello* and *goodbye*. |
| ◯ | …introduce yourself and others. |
| ◯ | …state your name and nationality. |
| ◯ | …address people correctly. |
| ◯ | …create simple sentences *I am…, I am not…* |

# 2 Anh có mấy anh chị em?

*How many brothers and sisters do you have?*

**In this unit you will learn how to:**
▶ *talk about family and relatives.*
▶ *state your marital status.*
▶ *create different types of questions.*
▶ *ask* who? where? what?

**CEFR:** *(A1) Can produce simple mainly isolate phrases and sentences to describe people you know; (A2) Can use a series of phrases and sentences to describe family*

## The Vietnamese family

**Gia đình** (*family*) assumes a central position in Vietnamese culture. The structure of the traditional Vietnamese family is complex: it is an extended family (often with several generations living together) that incorporates even the deceased members of the family who are honoured through ancestor worship. Its core values are based on Confucian ethics and emphasize filial piety, hierarchy, loyalty, duty and discipline. The traditional Vietnamese family is patriarchal, with the oldest male acting as the head of the family. Hierarchy also exists among siblings. Allegiance to the family is unquestionable and is instilled in children from a young age.

The Vietnamese differentiate between relatives on the father's and mother's side and this is also reflected in the language. The paternal family is labelled as **nội** (*internal*) family, while the maternal side is referred to as **ngoại** (*external*) family. This reflects the dominance of the paternal family line. A married girl was traditionally expected to join her husband's family. In spite of the fast pace of modernization in all aspects of Vietnamese society, the relationships between parents and children, between husband and wife, and among other family members retain many of the traditional values.

Vietnamese language contains an extensive list of expressions denoting family relationships. What is the reason for this?

12

# 🔊 Vocabulary builder

🎤 02.01 **Read the following the words and phrases. Then listen to the audio and try to imitate the pronunciation.**

| | |
|---|---|
| gia đình | *family* |
| họ hàng | *relatives* |
| bố (also cha, ba) | *father* |
| mẹ (also má, mạ) | *mother* |
| bố mẹ | *parents* |
| ông | *grandfather* |
| bà | *grandmother* |
| ông bà | *grandparents* |
| ông bà ngoại | *grandparents on mother's side* |
| ông bà nội | *grandparents on father's side* |
| anh | *older brother* |
| chị | *older sister* |
| em | *younger sibling* |
| em gái | *younger sister* |
| em trai | *younger brother* |
| chồng | *husband* |
| vợ | *wife* |
| con (đứa con) | *children* |
| con gái | *daughter* |
| con trai | *son* |
| lấy vợ | *to marry (to take a wife)* |
| lấy chồng | *to marry (to take a husband)* |
| độc thân | *to be single* |
| về hưu | *retire, be retired* |
| mất rồi | *dead/deceased* |
| mấy? | *how many?* |
| ai? | *who?* |
| ở đâu? | *where?* |
| tuổi | *years of age* |
| sinh (ra) | *to be born* |

# 🎧 Conversation and comprehension 1

**02.02** *Lan is looking at a photograph of Mary's family. Listen to their conversation.*

| | |
|---|---|
| **Lan** | Gia đình chị có mấy người? |
| **Mary** | Gia đình tôi có 8 người: bố mẹ tôi, ông bà ngoại tôi, em gái tôi, anh tôi, tôi và chồng tôi. |
| **Lan** | Chị có anh chị em không? |
| **Mary** | Có. |
| **Lan** | Chị có mấy anh chị em? |
| **Mary** | Tôi có một em gái và một anh trai. |

**a** Is Mary single or married?
**b** Does she have a brother?
**c** Does she have a sister?

# New expressions

### DISCUSSING FAMILY CIRCUMSTANCES

| | |
|---|---|
| Chị/anh (đã) lập gia đình chưa? Chị/anh (đã) có gia đình chưa? | *Are you married yet?* |
| Anh có vợ chưa? Anh lấy vợ chưa? | *Do you have a wife? Are you married? (asking a man)* |
| Chị có chồng chưa? Chị lấy chồng chưa? | *Do you have a husband?/Are you married? (asking a woman)* |
| Tôi còn độc thân. | *I am still single.* |
| Con gái anh mấy tuổi? | *How old is your daughter?* |
| Gia đình anh có mấy người? | *How many people are there in your family?* |
| Anh có mấy anh chị em? | *How many brothers and sisters do you have?* |
| Anh/chị sống ở đâu? | *Where do you live?* |
| Địa chỉ | *address* |

# Conversation and comprehension 2

**1 02.03 Listen to these people talking to each other, then answer the questions.**

| | |
|---|---|
| Liên | Bây giờ anh ở đâu? |
| Peter | Tôi ở Huế. Còn chị, bây giờ chị ở đâu? |
| Liên | Tôi cũng ở Huế nhưng gia đình tôi ở Đà Nẵng. |
| Peter | Địa chỉ chị là gì? |
| Liên | Tôi ở phố Duy Tân. |

  **a** Where does Liên live?
  **b** Can you identify the Vietnamese word meaning *street*?

**2 02.04 Listen to Mary and Nam's conversation.**

| | |
|---|---|
| Mary | Anh Nam có mấy anh chị em? |
| Nam | Tôi có một anh và một em gái. |
| Mary | Anh sống ở đâu? |
| Nam | Tôi, anh tôi và bố mẹ tôi ở Hà Nội. Em gái lập gia đình rồi và sống cùng chồng ở Hội An. |
| Mary | Anh Nam sinh ở đâu? |
| Nam | Tôi sinh ở Hà Nội. |

  **a** Does Nam live in the same place as his parents?
  **b** Where was Nam born?
  **c** Can you identify the Vietnamese word meaning *together*?

**3 Read the conversation between Mary and Lan.**

| | |
|---|---|
| Mary | Đây là ai? |
| Lan | Đây là bố mẹ của tôi. |
| Mary | Còn đây là ai? |
| Lan | Đây là em gái tôi và anh tôi. Em gái tôi tên là Hoa và anh tôi tên là Trí. |
| Mary | Anh Trí đã lập gia đình chưa? |
| Lan | Anh Trí còn độc thân. |

  **a** What is the relationship between Lan and Hoa?
  **b** Who is Trí?
  **c** What is the word for *single*?

## 🔓 Practice

**1 Match the Vietnamese sentences on the left with their English translation on the right:**

| | | | |
|---|---|---|---|
| **a** | Anh sinh ở đâu? | **1** | Nam is Lan's husband. |
| **b** | Anh lập gia đình chưa? | **2** | Where were you born? |
| **c** | Bố mẹ anh sống ở đâu? | **3** | Are you married? |
| **d** | Anh Hùng là ai? | **4** | Hùng is not my older brother, he is my younger brother. |
| **e** | Anh Hùng không phải là anh tôi, anh Hùng là em tôi. | **5** | Where do your parents live? |
| **f** | Nam là chồng của Lan. | **6** | Who is Hùng? |

 **2 Now listen again to the conversations line by line and repeat what each speakers say.**

## Learn more

### INTERROGATIVE PRONOUNS: AI? (*WHO?*), Ở ĐÂU? (*WHERE?*), CÁI GÌ? (*WHAT?*)

One of the easiest ways to ask a question in Vietnamese is to use interrogative expressions such as **ai?** *who*, **cái gì?** *what?* or **ở đâu?** *where?* These are usually placed at the end of a sentence, although sometimes they can appear at the beginning of a sentence for emphasis. For example:

| | |
|---|---|
| **Anh sống ở đâu?** | *Where do you live?* |
| **Anh làm việc ở đâu?** | *Where do you work?* |
| **Gia đình chị sống ở đâu?** | *Where does your family live?* |
| **Đây là ai?** | *Who is this?* |
| **Đây là cái gì?** | *What is this?* |

### QUESTION STRUCTURE

There are several other ways of forming a question in Vietnamese.

An affirmative question is created using the tag **phải không** placed at the end of a sentence. You should use this type of question when you are asking for confirmation of something you already know. For example:

**Gia đình anh sống ở Hà Nội, phải không?**
*Your family lives in Hanoi, does it not?*

**Nam là anh trai của Hùng, phải không?**
*Nam is Hùng's older brother, isn't he?*

**Chị Lan sinh ở Huế, phải không?**
*Lan was born in Huế, wasn't she?*

A regular question construction uses a formula **có . . . không?** where **có** is placed before the main verb or verbal phrase and **không** is placed at the very end of a sentence. **Có** is optional and can be left out.

Sentences with **là** (*to be*) use a formula **có phải là . . . không?** For example:

| | |
|---|---|
| **Anh Nam (có) sống ở Hà Nội không?** | *Does Nam live in Hanoi?* |
| **Chị Lan (có) học ở Huế không?** | *Does Lan study in Huế?* |
| **Em Liên (có) phải là sinh viên không?** | *Is Liên a student?* |
| **Hùng (có) phải là anh trai của Lan không?** | *Is Hùng Lan's older brother?* |

### 1 Can you match the following sentences?

| | | | |
|---|---|---|---|
| **a** | Anh Nam là ai? Anh Nam là bạn tôi. | **1** | Who is this? This is my father. |
| **b** | Đây là ai? Đây là bố tôi. | **2** | Where does Hoa work? Hoa works in Hue. |
| **c** | Helen sống ở đâu? Helen sống ở Hà Nội. | **3** | What is this? |
| **d** | Chị Hoa làm việc ở đâu? Chị Hoa làm việc ở Huế. | **4** | Who is Nam? Nam is my friend. |
| **e** | Gia đình anh sống ở đâu? Bố mẹ tôi sống ở Hà Nội nhưng anh tôi và chị tôi sống ở Thành phố Hồ Chí Minh. | **5** | Where does Helen live? Helen lives in Hanoi. |
| **f** | Đây là cái gì? | **6** | Where does your family live? My parenst live in Hanoi but my older brother and older sister live in Ho Chi Minh City. |

### 2 Now try to say the following in Vietnamese.

**a** Who is this? This is Nam.
**b** Who is Nam? Nam is my younger brother.
**c** Where does Nam live? Nam lives in Hanoi.
**d** Where do you live?
**e** Where do you work?
**f** What does Liên do?

**3 Change the following sentences into questions using phải không.**

   **a**   Anh tôi tên là Nam.
   **d**   Anh Hùng còn độc thân.
   **b**   Chị Liên sống ở Hà Nội.
   **e**   Em Ngọc học ở Luân Đôn.
   **c**   Chị Lan có một em gái.
   **f**   Bà Minh sinh ra ở Hà Nội.

**4 Change the following sentences into questions using the regular question formula có . . . không.**

   **a**   Anh Hùng sống và làm việc ở Hà Nội.
   **b**   Chị Lan gặp anh Nam.
   **c**   Bà Hoa chào bà Lan.
   **d**   Peter học tiếng Việt.
   **e**   Em gái tôi làm việc ở Hà Nội.
   **f**   Ông Dũng sinh ra ở nước Anh.

# Pronunciation and speaking

**1 Read the following sentences out loud, paying attention to your pronunciation. Translate these sentences into English.**

   **a**   Gia đình anh sống ở đâu? Gia đình tôi sống ở Hà Nội.
   **b**   Đây là ai? Đây là em gái của tôi.
   **c**   Ông bà ngoại của tôi sống ở Huế.
   **d**   Ông bà nội của tôi cũng sống ở Huế.
   **e**   Anh sinh ra ở đâu? Tôi sinh ra ở Đà Nẵng.
   **f**   Bố mẹ của tôi không làm việc ở Hà Nội.
   **g**   Tên anh có phải là Nam không?

**2 What do you say when . . .**

   **a**   . . . you want to ask where somebody lives?
      **1**   Xin lỗi, tên anh là gì?
      **2**   Xin lỗi, anh/chị sống ở đâu?
      **3**   Xin lỗi, anh là ai?
   **b**   . . . you want to ask if Nam has any siblings?
      **1**   Anh Nam có anh chị em không?
      **2**   Anh Nam sống ở đâu?
      **3**   Anh Nam còn độc thân, phải không?
   **c**   . . . you want to ask if Hoa is married yet?
      **1**   Chị Hoa có mấy anh chị em?
      **2**   Chị Hoa lập gia đình chưa?
      **3**   Chị Hoa là ai?

# Reading and listening

**Listen to the following text and see if you can understand it. Then read it carefully and try to answer the questions:**

Tên tôi là Dũng. Tôi sống ở Hà Nội. Tôi là bác sĩ. Gia đình tôi cũng sống ở Hà Nội. Tôi có một chị và một anh. Chị tôi tên là Lan và anh tôi tên là Hùng. Anh tôi là nhà báo, chị tôi là y tá. Chị Lan lấy chồng rồi nhưng anh Hùng còn độc thân. Chồng của Lan tên là Trí. Anh Hùng chưa lập gia đình. Bây giờ anh Hùng làm việc ở Luân Đôn. Anh Hùng có người yêu tên là Bình. Bình cũng làm việc ở Luân Đôn. Ông bà ngoại của tôi sống ở Hải Phòng. Bà nội của tôi về hưu rồi và ông nội của tôi mất rồi.

a   Who is Lan?
b   Is Hùng Dũng's friend?
c   Is Lan single?
d   Who is Trí?
e   Is Hùng married?
f   Where does Dũng live?
g   Does Dũng have any brothers or sisters?
h   Who is Bình?
i   Where do Dũng's grandparents live?
j   Is his maternal grandmother still alive?
k   Who lives in Hải Phòng?

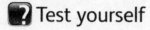 Test yourself

**1 Fill in the missing information about yourself:**

  **a**  Tôi sinh ra ở _____.

  **b**  Tôi sống ở _____.

  **c**  Tôi làm việc ở _____.

  **d**  Bố mẹ tôi sống ở _____.

  **e**  Anh chị em tôi sống ở _____.

  **f**  Ông bà nội sống ở _____.

**2 Give Vietnamese equivalents.**

  **a**  Who is this?
     This is my younger sister Lucy.
     Where do you live, Lucy?
     I live in London.

  **b**  Mary, do you have any siblings?
     Yes, I have a younger brother and an older sister.
     What is your brother's name?
     My brother is called Peter and my sister is called Rachel.
     Is your sister married?
     No yet, she is single.

  **c**  Who is this?
     This is John.
     Is John your brother?
     No, he is my friend.
     Is Peter your brother?
     Yes, Peter is my younger brother.

  **d**  Where do your parents live, Mark?
     My parents live in London.
     And what about your grandparents?
     My grandparents are retired. They do not live in London but in Brighton.

## 3 Give Vietnamese equivalents.

**a** My name is Nam. I live in Hanoi but my father lives in Hue.
**b** My younger sister does not live in Vietnam. She lives in England.
**c** Do you have any siblings, Mary?
**d** My family lives in London.
**e** Is your older brother married, Tom?
**f** My older brother lives in Hanoi but works in Hải Phòng.

## SELF CHECK

**I CAN. . .**

- ...talk and ask about family, relatives and marital status.
- ...ask where people live.
- ...use **ở đâu? ai? gì?**
- ...create various types of questions in Vietnamese.

# 3 Bây giờ là mấy giờ?

*What time is it?*

**In this unit you will learn how to:**
▶ *tell the time.*
▶ *count in Vietnamese.*
▶ *describe the different parts of a day.*
▶ *ask at what time something starts and finishes.*
▶ *discuss your daily schedule.*

**CEFR:** *(A1) Can handle numbers, quantities, cost and time; can indicate time*

## Vietnamese personal names

The name of a Vietnamese person usually consists of three parts, although there are also names consisting of two or four parts. A Vietnamese name is set out in the following order: **họ** (*family name/surname*); middle name; and **tên** (*first/given name*). Vietnamese use the first/given name to address each other (both in formal and informal contact). For example, a person named **Nguyễn Văn Trí** would be referred to as **Trí** (with the appropriate kinship term, for example, **ông Trí**, **anh Trí** or other, as explained in Unit 1). On marrying, Vietnamese women do not change their name.

The most common family name in Vietnam is **Nguyễn/Nguyên** (almost 38 per cent of people in Vietnam). Other common surnames are **Trần**, **Lê**, **Phạm**, **Huỳnh**, **Hoàng** or **Phan**. It is often not immediately possible to identify a Vietnamese person's gender from their name. However, some middle names such as **Văn** and **Đức** always indicate a male, whereas, for example, **Thị** always indicates a female.

Vietnamese personal names usually carry a specific meaning, referring to names of flowers, birds or desirable qualities such as bravery, modesty, wisdom. Here are some examples: **Cúc** (*chrysanthemum*), **Lan** (*orchid*), **Hoa** (*flower*), **Phượng** (*phoenix*), **Tuyết** (*snow*), **Xuân** (*spring*), **Mai** (*apricot blossom*), **Dũng** (*bravery*), **Thắng** (*victory*).

How would you refer to a Vietnamese person whose full name is **Nguyễn Văn Bình**? Would you use the same form of address if he was your friend and if he was your boss at work?

# Vocabulary builder

## TIME

🎙 03.01 **Read the following the words and phrases. Then listen to the audio and try to imitate the pronunciation.**

| | |
|---|---|
| Bây giờ là mấy giờ? | *What time is it now?* |
| Bây giờ là . . . | *It is . . .* |
| bây giờ | *now* |
| bao giờ? | *when?* |
| lúc | *moment, time* |
| Lúc bao giờ? | *At what time?* |
| giờ | *hour* |
| phút | *minute* |
| rưỡi | *half past (an hour)* |
| đồng hồ | *watch* |
| muộn | *late* |
| dậy | *to wake up* |
| hàng ngày | *every day, daily* |
| chín giờ đúng | *nine o'clock sharp* |

# Conversation and comprehension 1

03.02 *Peter's watch is broken and he needs to rely on a* người đi qua đường *(passer-by) to tell him the time. Can you identify the Vietnamese expression meaning* now?

| | |
|---|---|
| **Peter** | Chào chị. |
| **Người đi qua** | Chào anh. |
| **Peter** | Xin lỗi chị, bây giờ là mấy giờ? |
| **Người đi qua** | Bây giờ là 9 giờ. |
| **Peter** | Cám ơn chị. |
| **Người đi qua** | Không có gì. |

# New expressions

## PARTS OF A DAY

| | |
|---|---|
| buổi sáng | *morning* |
| buổi trưa | *lunchtime* |
| buổi chiều | *afternoon* |
| buổi tối | *evening* |
| buổi đêm | *night* |
| bắt đầu | *to start* |
| kết thúc | *to finish* |
| giờ làm việc | *working hours* |
| ăn | *to eat* |

> **LANGUAGE TIP**
> In Vietnamese it is possible to combine the verb **ăn** (*to eat*) with a word for a particular part of a day to indicate the meal eaten at that part of day.
> **ăn** + **sáng** = **ăn sáng** (*to eat breakfast*)
> **ăn** + **trưa** = **ăn trưa** (*to eat lunch*)
> **ăn** + **tối** = **ăn tối** (*to eat dinner*)

## 🎧 Conversation and comprehension 2

**1** 03.03 *Mary and Nam are discussing when they get up. Who gets up first?*

| | |
|---|---|
| **Nam** | Hàng ngày chị Mary dậy lúc mấy giờ? |
| **Mary** | Bảy giờ đúng. Thế còn anh Nam, mấy giờ anh dậy? |
| **Nam** | Sáu giờ. |
| **Mary** | Mấy giờ anh đến trường? |
| **Nam** | Tôi đến trường lúc tám giờ. |

**2** 03.04 *Hoa asks Mary about her Vietnamese language lesson. Listen to the conversation and answer the questions.*

| | |
|---|---|
| **Hoa** | Lớp học tiếng Việt bắt đầu lúc mấy giờ? |
| **Mary** | Lớp học bắt đầu lúc tám giờ đúng. |
| **Hoa** | Lớp học kết thúc lúc mấy giờ? |
| **Mary** | Lớp học kết thúc lúc mười một giờ kém mười lăm phút. Hàng ngày tôi học tiếng Việt từ tám giờ đến mười một giờ kém mười lăm phút. |
| **Hoa** | Mary thường về nhà lúc mấy giờ? |
| **Mary** | Tôi ăn trưa lúc mười hai giờ và sau đó tôi về nhà. Tôi thường về nhà lúc hai giờ chiều. |

  **a** What time does Mary's Vietnamese lesson finish?
  **b** What time does she usually return home?

**3** Read the last two conversations again and decide if the following statements are true or false.

    **a** Lớp học tiếng Việt bắt đầu lúc chín giờ.

    **b** Anh Nam thường dậy lúc sáu giờ.

    **c** Mary cũng dậy lúc sáu giờ.

    **d** Mary thường về nhà lúc ba giờ.

    **e** Lớp học tiếng Việt kết thúc lúc mười giờ kém mười lăm phút.

**4** Now listen to the conversations line by line and repeat out loud.

# Learn more

## VIETNAMESE NUMBERS

Here are the Vietnamese numbers from 0–11. Read the numbers out loud and memorise them.

| | | | | | |
|---|---|---|---|---|---|
| 0 | **không** | 4 | **bốn** | 8 | **tám** |
| 1 | **mộ**t | 5 | **năm** | 9 | **chín** |
| 2 | **hai** | 6 | **sáu** | 10 | **mười** |
| 3 | **ba** | 7 | **bảy** | 11 | **mười một** |

The Vietnamese system of numbers is regular. Numbers higher than 10 are formed by a combination of lower numbers. For example, number 11 is formed by combining number 10 and 1, number 20 is formed by combining number 2 and 10 and number 137 is created by combining number 100 with 30 and 7.

11 **mười một**, 12 **mười hai**, 13 **mười ba**, 14 **mười bốn**, 15 **mười lăm**, 16 **mười sáu**, 17 **mười bảy**, 18 **mười tám**, 19 **mười chín**;

20 **hai mươi**, 30 **ba mươi**, 40 **bốn mươi**, 50 **năm mươi**, 90 **chín mươi**;

21 **hai mươi mốt**, 31 **ba mươi mốt**, 51 **năm mươi mốt**, 81 **tám mươi mốt**;

15 **mười lăm**, 25 **hai mươi lăm**, 55 **năm mươi lăm**, 95 **chín mươi lăm**;

24 **hai mươi bốn** or **hai mươi tư**, 34 **ba mươi bốn** or **ba mươi tư**, 64 **sáu mươi bốn** or **sáu mươi tư**

100 **một trăm**, 200 **hai trăm**, 700 **bảy trăm**;

106 **một trăm linh/lẻ sáu**, 208 **hai trăm linh/lẻ tám**

1000 **một nghìn** or **một ngàn** (used more in south Vietnam)

1 milion **một triệu**

## TELLING THE TIME IN VIETNAMESE

Telling the time in Vietnamese is simple and you just need to state the relevant number of **giờ** (*hours*), **phút** (*minutes*) or **giây** (*seconds*). For example:

| | |
|---|---|
| *10.00* | **mười giờ** |
| *9.25* | **chín giờ hai mươi lăm phút** |
| *7.30* | **bảy giờ ba mươi phút** |

There is a special expression **rưỡi** (*half past*) which can be used instead of saying *30 minutes*. For example: 8.30 **tám giờ rưỡi**, 6.30 **sáu giờ rưỡi**.

When referring to the final 15 minutes in each hour (such as 9.45, 11.57) you can also use the expression **kém** (*minus*). In this case you need to deduct the relevant number of minutes from the following hour, similar to English *ten to eleven*. For example:

| | |
|---|---|
| *9.45* | **chín giờ bốn mươi lăm phút** or **mười giờ kém mười lăm phút** (ten minus 15) |
| *11.57* | **mười một giờ năm mươi bảy phút** or **mười hai giờ kém ba phút** |

# Practice

**1** **Can you understand the following Vietnamese numbers?**

  **a** sáu mươi chín
  **b** ba mươi ba
  **c** mười hai
  **d** bốn mươi bảy
  **e** một trăm chín mươi lăm
  **f** năm mươi lăm

  **g** hai trăm linh tám
  **h** một nghìn chín trăm tám mươi sáu
  **i** bảy trăm lẻ ba
  **j** năm trăm linh năm
  **k** bảy mươi mốt

**2** **Write the following numbers in Vietnamese.**

  **a** 63
  **b** 44
  **c** 798
  **d** 203
  **e** 11

  **f** 75
  **g** 407
  **h** 1999
  **i** 15
  **j** 31

  **k** 59
  **l** 602
  **m** 48
  **n** 81

**3** **Look at each clock and write down the time it shows.**

a      b      c

d      e

f      g

**4 Say at what time you usually do the following daily activities.**

**Hàng ngày tôi thường** (*Every day I usually*):

a get up at 7 o'clock.
b have breakfast at 7.30.
c arrive at school at 8 o'clock.
d eat lunch at 12.30.
e meet a friend at 6 p.m.
f return home at 7 p.m.
g watch television at 8 p.m.
h go to sleep at 10.30 p.m.

# Pronunciation and speaking

**1 Read the following Vietnamese numbers out loud. Make sure that you pronounce each word carefully.**

a bảy mươi sáu
b một trăm linh hai
c hai nghìn chín trăm tám mươi lăm
d ba mươi mốt
e năm mươi tư
f một ngàn chín trăm chín mươi chín
g bảy triệu

**2 Answer the questions (reflecting your own circumstances). Speak out loud.**

a Buổi sáng anh thường dậy lúc mấy giờ?
b Chị thường ăn sáng lúc mấy giờ?
c Anh thường về nhà lúc mấy giờ?
d Buổi tối anh thường đi ngủ lúc mấy giờ?

# Reading and listening

**1** 03.05 **Listen to the following text carefully. Take notes if necessary so that you can answer the questions.**

Tên tôi là Trí. Ngày làm việc tôi bắt đầu sớm. Tôi thường dậy lúc sáu giờ sáng. Tôi ăn sáng từ 6.15 đến 6.30. Sau đó tôi đi làm. Cơ quan tôi bắt đầu làm việc từ 7.30 giờ sáng. Tôi nghỉ và ăn trưa từ 12 giờ đến 12.45. Buổi chiều tôi làm việc đến 4 giờ chiều. Sau đó tôi về nhà. Gia đình tôi thường ăn tối lúc 6.30. Hàng ngày tôi xem ti vi từ 8 giờ đến 9 giờ. Tôi cũng thích đọc sách hay nghe nhạc. Tôi thường đi ngủ lúc 10 giờ nhưng vợ tôi đi ngủ lúc 11 giờ.

| nghỉ | to have a rest |
|------|----------------|
| xem ti vi | to watch television |
| đọc sách | to read a book |
| nghe nhạc | to listen to the music |
| ngủ | to sleep |

**a** What time does Trí get up?
**b** At what time does he eat breakfast?
**c** Does he eat his breakfast at home or in his office?
**d** At what time does his office start work?
**e** Does he take a break for lunch?
**f** Does he watch television for more than two hours?
**g** Who goes to sleep earlier, Trí or his wife?

**2 Now read the text carefully, paying attention to those sections you could not understand when you were listening to it.**

# Go further

### TỪ ... ĐẾN *FROM ... UNTIL*

**Từ** means *from* and **đến** means *till, until*.

**Use what you have learnt in this lesson to specify the period of time you spent on various activities.**

**a** I work from 9 a.m. till 5 p.m.
**b** My wife works from 10 a.m. till 3 p.m.
**c** My son studies English every day from 2 p.m. till 4 p.m.
**d** Every day I watch television from 8 p.m. till 10 p.m.

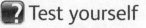 Test yourself

**1 Give the English for the following.**

 a  Anh Nam làm việc từ 8 giờ sáng đến 5 giờ chiều.
 b  Tôi xem ti vi từ 9 giờ đến 10 giờ.
 c  Xin lỗi chị, bây giờ là mấy giờ?
 d  Con trai tôi học tiếng Anh từ 2 giờ đến 3.30.
 e  Gia đình tôi ăn tối từ 7 giờ đến 7.45.
 f  Hàng ngày chị dậy lúc mấy giờ?

**2 Which number indicates:**

 a  the number of days in a year?
 b  the number of days in a month?
 c  the approximate population of Vietnam?
   **1** ba mươi hay ba mươi mốt
   **2** ba trăm sáu mươi lăm
   **3** tám mươi triệu

**3 Match the Vietnamese sentences with the correct English translation.**

 a  Hàng ngày tôi dậy lúc tám giờ.
 b  Bây giờ là mười giờ rưỡi.
 c  Tôi làm việc từ chín giờ sáng đến năm giờ chiều.
 d  Hàng ngày tôi thường gặp bạn lúc sáu giờ chiều.
 e  Tôi và vợ tôi thường ăn trưa lúc mười hai giờ.
 f  Buổi sáng tôi không ăn sáng.

 **1**  I work from nine to five.
 **2**  Every day I get up at eight o'clock.
 **3**  My wife and I usually eat luch at twelve.
 **4**  It is half past ten.
 **5**  Every day I usually meet my friend at six o'clock in the afternoon.
 **6**  I do not eat breafast in the morning.

**4 How would you ask somebody at what time they get up?**

   **a** Bây giờ là mấy giờ?

   **b** Hàng ngày anh ăn tối lúc mấy giờ?

   **c** Hàng ngày anh dậy lúc mấy giờ?

**5 How would you ask a passer-by what time it is?**

   **a** Xin lỗi, anh là ai?

   **b** Xin lỗi, bây giờ là mấy giờ?

   **c** Xin lỗi anh, tên anh là gì?

**6 How would you tell your son that his English lesson starts at 10 o'clock?**

   **a** Lớp học tiếng Việt kết thúc lúc mười giờ.

   **b** Lớp học tiếng Việt bắt đầu lúc mấy giờ?

   **c** Lớp học tiếng Việt bắt đầu lúc mười giờ.

## SELF CHECK

| | I CAN. . . |
|---|---|
| ○ | …tell the time in Vietnamese. |
| ○ | …count in Vietnamese. |
| ○ | …describe the different parts of a day. |
| ○ | …say at what time something starts and finishes. |

# R1 Review 1

**1 Translate the following sentences into English.**

  **a** Chị Lan không phải là bạn tôi.

  **b** Bà Mai ở Huế.

  **c** Bà Nguyệt làm việc ở thư viện.

  **d** Ông nội tôi về hưu.

  **e** Tên tôi không phải là Helen.

  **f** Anh David không ngủ.

  **g** Chị Mary sinh ra ở đâu?

  **h** Bạn tôi Liên không học tiếng Trung Quốc.

  **i** Hàng ngày tôi thường ăn trưa lúc mười hai giờ rưỡi.

  **j** Anh Nam có phải là người Việt không?

  **k** Anh Hùng sống và làm việc ở Hà Nội.

  **l** Buổi sáng tôi không ăn sáng.

  **m** Ông Dũng không phải là người Pháp, ông ấy là người Việt.

  **n** Chị Lan gặp anh Nam.

  **o** Anh sinh ra ở đâu?

  **p** Ông Nam có phải là nhà báo không?

  **q** Chị là người nước nào?

  **r** Anh biết tiếng Đức, phải không?

**2 Match the Vietnamese sentences on the left with the English translation on the right.**

  **a** Hàng ngày tôi ăn sáng lúc tám giờ.

  **b** Anh tôi còn độc thân.

  **c** Gia đình chị sống ở đâu?

  **d** Anh Peter sinh ra ở nước Anh.

  **e** Xin lỗi, anh tên là gì?

  **f** Chị Lan có mấy anh chị em?

  **g** Anh lập gia đình chưa?

  **1** My older brother is still single.

  **2** How many siblings does Lan have?

  **3** Excuse me, what is your name?

  **4** Every day I eat breakfast at 8 o'clock.

  **5** Are you married?

  **6** Peter was born in England.

  **7** Where does your family live?

## 3 Create negative sentences.

a Chị Phượng là nhà báo.
b Ông Hùng làm việc ở Đà Nẵng.
c Bạn tôi là người Anh.
d Bà Mai ăn trưa lúc mười hai giờ.
e Anh Nam xem ti vi từ tám giờ đến chín giờ.
f Bố tôi ăn sáng lúc bảy giờ.
g Gia đình tôi sống ở Thành phố Hồ Chí Minh.
h Bà Linh gặp ông Hùng.
i Bác sĩ Nam làm việc ở bệnh viện.
j Chị Bình biết tiếng Anh.

## 4 Translate the following text into Vietnamese.

My name is John. I am English. I was born in Birmingham. I am a journalist. I live and work in London. My parents live in Brighton. I have one older brother and one younger sister. My sister is married but my brother is still single.

Every day I get up at 7 o'clock but my wife gets up at 7.30. I eat my breakfast and then go to work. I work from 9 to 5. I return home at 6.

**5 Translate the following sentences into Vietnamese.**

a My name is Jean-Pierre. I was born in Paris.

b My younger sister does not live in Vietnam. She lives in England.

c How many siblings do you have, John?

d Do you know French, Nam? No, I don't know French.

e Is Mr Brown American? No, he is English.

f Is Arnaud French?

g Where do you live?

h At what time do you have lunch?

i Are you still single, Peter?

j My older brother lives in Hanoi but works in Hải Phòng.

k Miss Hương met Mr Trí and said hello to him.

l Where were you born?

m Do you want to meet Mrs Lan?

n At what time do you get up in the morning?

o Where are you from? (Which country are you from?)

**6** Read and translate the following numbers.

a  một nghìn chín trăm tám      g  hai trăm sáu mươi lăm
    mươi ba                      h  ba ngàn bốn trăm lẻ bảy
b  hai trăm linh năm            i  hai triệu
c  sáu mươi mốt                 j  hai nghìn không trăm mười bốn
d  bảy mươi lăm                 k  năm mươi lăm
e  bốn trăm chín mươi tư        l  bốn mươi tư
f  mười lăm                     m  mười sáu

**7 Write down the following numbers in Vietnamese.**

a  23        e  473        i  34         m  755
b  755       f  51         j  644        n  91
c  1047      g  205        k  1945       o  11
d  68        h  2012       l  1858

# 4 Ngày mai anh có bận không?

*Are you busy tomorrow?*

**In this unit you will learn how to:**
▶ *express dates, days of the week and months in a year.*
▶ *use ordinal numbers.*
▶ *ask when something happened or will happen.*
▶ *discuss schedules and dates.*
▶ *use the past, present and future tenses in Vietnamese.*

**CEFR:** *(A1) Can name days of the week and months of the year; can engage in a basic conversation about schedules in a specific time context (past, present or future); Can ask when something happened and will happen.*

## The Vietnamese calendar

For official purposes the Vietnamese use a **dương lịch** (*Gregorian/solar calendar*). However, various religious activities and festivals follow an **âm lịch** (*lunar calendar*). The lunar calendar employs a 60-year cycle divided into a further five 12-year groups, each symbolized by an animal. The twelve animals of the Vietnamese zodiac are: **chuột** (*rat/mouse*), **trâu** (*ox/buffalo*), **hổ** (*tiger*), **mèo** (*cat*, replaces the rabbit in the Chinese zodiac), **rồng** (*dragon*), **rắn** (*snake*), **ngựa** (*horse*), **dê** (*goat*), **khi** (*monkey*), **gà** (*rooster*), **chó** (*dog*), and **lợn** (*pig*). Each animal symbolizes certain qualities and determines the character of each year. 2014 is the year **Giáp Ngọ** (*horse*).

The biggest and the most important festival celebrated according to the lunar calendar is the New Year festival, **Tết Nguyên Đán**. It is accompanied by colourful customs and numerous superstitions. For example, the Vietnamese believe that the first visitor to their home during **Tết** can influence the fortune of the family for the rest of the year. Vietnamese people decorate their homes with blossoms and greet each other by saying **'Chúc mừng năm mới'**.

What traditions and customs accompany the Vietnamese Lunar New Year celebrations (**Tết Nguyên Đán**)?

# Vocabulary builder

TALKING ABOUT SCHEDULES AND DATES

**04.01 Read the following words and phrases. Then listen to the audio and try to imitate the pronunciation.**

| | |
|---|---|
| ngày | *day* |
| tuần | *week* |
| tháng | *month* |
| năm | *year* |
| năm nay | *this year* |
| năm ngoái | *last year* |
| năm sau | *next year* |
| hôm nay | *today* |
| hôm qua | *yesterday* |
| hôm kia | *the day before yesterday* |
| tuần này | *this week* |
| tuần sau | *next week* |
| tuần trước | *last week* |
| ngày mai | *tomorrow* |
| ngày kia | *the day after tomorrow* |
| tháng này | *this month* |
| tháng sau | *next month* |
| tháng trước | *last month* |
| Hôm nay là ngày bao nhiêu?/ Hôm nay là ngày mấy? | *What date is it today?* |
| Hôm nay là ngày thứ mấy? | *What day in a week is it today?* |
| Bao giờ? | *When?* |
| vịnh Hạ Long | *Ha Long bay* |
| cuối tuần | *at the end of the week* |
| về | *come back, return* |

# 🎧 Conversation and comprehension 1

**04.02** *Helen and Hương are making plans for a trip.* **How long will they be away?**

| | |
|---|---|
| **Hương** | Cuối tuần này tôi định chúng ta sẽ đi vịnh Hạ Long. |
| **Helen** | Bao giờ đi? |
| **Hương** | Chúng ta sẽ đi sáng thứ sáu. |
| **Helen** | Đi mấy ngày? Bao giờ về? |
| **Hương** | Ba ngày. Chiều chủ nhật về Hà Nội. |

## New expressions

### MONTHS IN THE YEAR

The names of months in the year are formed in Vietnamese by the word **tháng** (*month*) followed by the relevant number:

| | |
|---|---|
| tháng một/tháng giêng | *January* |
| tháng hai | *February* |
| tháng ba | *March* |
| tháng bốn/tháng tư | *April* |
| tháng năm | *May* |
| tháng sáu | *June* |
| tháng bảy | *July* |
| tháng năm | *May* |
| tháng sáu | *June* |
| tháng bảy | *July* |
| tháng tám | *August* |
| tháng mười | *September* |
| tháng mười một | *October* |
| tháng mười hai/tháng chạp | *December* |

### ORDINAL NUMBERS

Ordinal numbers are formed by the ordinal designator **thứ** followed by a cardinal number (**thứ** + number). The system is regular with the exception of *first* (where **nhất** is used rather than **một**) and *fourth* (where **tư** is used rather than **bốn**).

| | | | |
|---|---|---|---|
| 1st | **thứ nhất** (**nhất** is used instead of **một**) | 10th | **thứ mười** |
| | | 25th | **thứ mười lăm** |
| 2nd | **thứ hai** | 75th | **thứ bảy mươi lăm** |
| 3rd | **thứ ba** | 100th | **thứ một trăm** |
| 4th | **thứ tư** (**tư** rather than **bốn** in *fourth*) | | |

# Hôm nay là ngày thứ mấy?
## *What day is it today?*

Words indicating days in a week in Vietnamese use ordinal numbers. There is a special expression for *Sunday* (**chủ nhật** – *master's day*) that is followed by the *second day* (*Monday*), *third day* (*Tuesday*), etc.

**Hôm nay là thứ mấy?** is the question to ask if you want to know *what day is it today?*

| | | | |
|---|---|---|---|
| **chủ nhật** | *Sunday* | **(ngày) thứ năm** | *Thursday* |
| **(ngày) thứ hai** | *Monday* | **(ngày) thứ sáu** | *Friday* |
| **(ngày) thứ ba** | *Tuesday* | **(ngày) thứ bảy** | *Saturday* |
| **(ngày) thứ tư** | *Wednesday* | | |

**Match the Vietnamese phrases on the left with the English equivalent on the right.**

| | | | |
|---|---|---|---|
| **a** | sáng mai | **1** | next year in May |
| **b** | tối qua | **2** | yesterday in the afternoon |
| **c** | tháng năm năm sau | **3** | 12 September |
| **d** | chiều qua | **4** | tomorrow morning |
| **e** | ngày mười hai tháng chín | **5** | last Sunday |
| **f** | chủ nhật tuần trước | **6** | yesterday evening |

# Conversation and comprehension 2

04.03 *Listen to Peter and Nam and find out if Peter has been to Ho Chi Minh City or if and when he is planning to go.*

| | |
|---|---|
| **Peter** | Ngày mai anh có rỗi không? |
| **Nam** | Sáng mai tôi sẽ đến thăm bạn ở bệnh viện và sau đó tôi sẽ chuẩn bị đi thành phố Hồ Chí Minh công tác. |
| **Peter** | Bao giờ anh đi thành phố Hồ Chí Minh? |
| **Nam** | Cuối tuần sau. |
| **Peter** | Tôi đã thăm thành phố Hồ Chí Minh rồi. |
| **Nam** | Anh đến đó bao giờ? |
| **Peter** | Tháng bảy năm ngoái. |

# Learn more

## TENSE

Vietnamese sentences are 'tenseless'. A simple statement **Tôi đi học** can mean *I am going, I will go* or *I went*, depending on the context. If the tense reference is already clear from the context (for example if it contains other time-specific expressions such as *last year, tomorrow morning, next summer*, etc.) then there is no need to use extra tense markers. When we need to specify the tense the following grammatical words are used:

### Present tense

**đang** placed before the main verb, emphasizes that something is just happening:

| | |
|---|---|
| **Bố tôi đang ngủ.** | *My dad is sleeping.* |
| **Bà Linh đang xem ti vi.** | *Mrs Linh is watching television.* |
| **Anh Ba đang làm việc.** | *Ba is working.* |

### Past tense

**đã** placed before the main verb:

| | |
|---|---|
| **Bà Mai đã đi chợ.** | *Mrs Mai went to the market.* |
| **Peter đã đi thăm Việt Nam.** | *Peter went to visit Vietnam.* |
| **Chị Hoa đã gặp chị Lan.** | *Hoa met Lan.* |

**vừa/mới/vừa mới** placed before the main verb, indicates recent past, something that has just happened:

| | |
|---|---|
| **Bà Mai vừa đi chợ.** | *Mrs Mai has just gone to the market.* |
| **Ông Hùng mới về nhà.** | *Mr Hùng has just returned home.* |
| **Em Lan vừa mới ăn trưa.** | *Lan has just eaten her lunch.* |

### Future tense

**sẽ** placed before the main verb:

| | |
|---|---|
| **Mẹ tôi sẽ đi chợ.** | *My mum will go to the market.* |
| **Con gái tôi sẽ lấy chồng.** | *My daughter will get married.* |
| **Em trai tôi sẽ đi du lịch.** | *My younger brother will go travelling.* |

**sắp** placed before the main verb indicates near future, something that is about to happen:

| | |
|---|---|
| **Tôi sắp đi Việt Nam.** | *I am about to go to Vietnam.* |
| **Gia đình tôi sắp ăn trưa.** | *My family is about to have lunch.* |
| **Em gái tôi sắp về nhà.** | *My younger sister is about to return home.* |

As we have already discovered, **không** (used in Vietnamese to negate sentences) is placed before the main verb as are the tense markers. The obvious question to ask is, 'What comes first if we want to negate a sentence that already contains a tense marker?' Here is the correct word order:

Tôi đã đi xem phim. – Tôi đã không đi xem phim.

Tôi sẽ đi xem phim. – Tôi sẽ không đi xem phim.

## BAO GIỜ? *WHEN?*

**Bao giờ?** *When?* can be placed either at the beginning or at the end of a sentence, each time providing a different tense reference.

**Bao giờ** placed at the beginning of a sentence refers to the future (you are asking when something will happen). **Bao giờ** placed at the end of a sentence refers to the past (you are asking when did something happen).

**1 Select the correct expression from those suggested in the brackets to answer the following questions.**

   **a** Bao giờ chị đi nước Pháp? (năm sau/năm ngoài)
   **b** Bao giờ anh về nhà? (ngày mai/hôm qua)
   **c** Anh Dũng đi bác sĩ bao giờ? (thứ bảy tuần trước/thứ tư tuần sau)
   **d** Bạn đi ăn cơm Việt Nam bao giờ? (ngày kia/hôm kia)
   **e** Bà gặp ông Brown bao giờ? (tháng trước/tháng sau)
   **f** Bố mẹ anh đi Việt Nam bao giờ? (tháng mười năm ngoài/tháng hai năm sau)
   **g** Em Lan và anh Nam đi xem phim bao giờ? (tối qua/chiều mai)

**2 Imagine that you work as a secretary for Mr Thanh, a busy lawyer. People are writing and phoning with requests for meetings and you have to field these queries. Consult Mr Thanh's diary below and respond to the following questions.**

   **a** Sáng thứ hai ông có bận không?
   **b** Chủ nhật ông làm gì?
   **c** Ông học tiếng Pháp ngày nào?
   **d** Chiều thứ năm ông có rỗi không?

| Tháng mười | | | | | | |
|---|---|---|---|---|---|---|
| Chủ nhật | Thứ hai | Thứ ba | Thứ tư | Thứ năm | Thứ sáu | Thứ bảy |
| Đi tham quan với gia đình | Gặp ông Howard ở cơ quan | Sân bay: đi Nha Trang công tác | Bệnh viện | Đại sứ quán Pháp xin visa | Cuộc họp | Sinh nhật của vợ (mua quà) |
| | Ngân hàng | | Làm việc ở cơ quan | | Ăn trưa với bạn | Về quê thăm bố mẹ |
| Hiệu ăn | | Học tiếng Pháp | | Đi xem phim | Đi xem hát | Buổi tiệc sinh nhật của vợ |

### 3 Is the following information correct?

**a** Thứ năm ông Thanh sẽ đi xem hát.

**b** Sáng thứ sáu ông Thanh sẽ đi họp.

**c** Tuần này ông Thanh không đi xem phim.

**d** Tuần này ông phải mua quà cho vợ.

**e** Ông Thanh sẽ gặp ông Howard vào thứ hai.

**f** Ông Thanh sẽ gặp ông Howard ở hiệu ăn.

**g** Ông Thanh sẽ không đi thăm bố mẹ.

## READING THE DATES

Now that you have learnt Vietnamese numbers and the names of months in the year, you should be able to say the date without any problem. This is done simply by reading the **ngày** (*day*), the **tháng** (*month*) and the **năm** (*year*). For example, let's imagine that today is 23 June 2014. You say:

**Hôm nay là (ngày) hai mươi ba** (*23*) **tháng bảy** (*June*) **năm hai nghìn không trăm mười bốn** (*2014*).

For dates between the first and the tenth day of each month, an additional expression **mồng/mùng** must be added: *5 May* **(ngày) mồng năm** (*5*) **tháng năm** (*May*); *3 September* **(ngày) mùng ba** (*3*) **tháng chín** (*September*).

When you want to enquire about the date you ask:

**Hôm nay là ngày bao nhiêu?** *What date is it today?*

**Hôm nay là ngày mồng mấy?** *What day is it today?* (Use only if asking about the first ten days in each month.)

# Pronunciation and speaking

**1** **Read the following dates and write them down in Vietnamese.**

   **a** 5.2.1999    **c** 19.7.1975    **e** 7.10.1963

   **b** 30.5.1858   **d** 21.12.2001  **f** 14.11.2014

**2** **How would you say the following?**

   **a** You were born on 17 October.

   **b** Your brother got married last June.

   **c** Your father retired in April 1997.

   **d** You were born on a Monday.

   **e** Next month you will visit your sister in Đà Nẵng.

**3** **Are the following statements *correct* (đúng) or *wrong* (sai)?**

   **a** Một giờ có sáu trăm phút.

   **b** Một ngày có hai mươi ba giờ.

   **c** Tháng ba có hai mươi chín ngày.

   **d** Một tuần có bảy ngày.

   **e** Một năm có ba trăm sáu mươi lăm ngày.

   **f** Tháng mười hai có ba mươi mốt ngày.

**4** **Your friend asks you, 'Sinh nhật anh vào ngày nào?' What does he want to know?**

   **a** Where were you born?

   **b** Which day were you born?

   **c** When is your birthday party?

**5** **Which of the following options provides the correct answer to this question: Hôm nay là ngày bao nhiêu?**

   **a** Hôm nay là thứ tư.

   **b** Hôm nay là mồng tám tháng chín.

   **c** Chín giờ rưỡi.

**6** **Which of the following options provides the correct answer to this question: Chị sinh tháng nào?**

   **a** tháng tám

   **b** ngày thứ bảy

   **c** năm ngoài

**7 Your Vietnamese friends are making the following New Year's resolutions.**

| | |
|---|---|
| **Anh Hùng** | Năm sau tôi định đi du lịch ba lô. |
| **Chị Lan** | Năm sau tôi định học tiếng Pháp. |
| **Chị Hương** | Năm sau tôi sẽ mua nhà mới. |
| **Anh Thanh** | Năm sau tôi định lấy vợ. |
| **Chị Phượng** | Năm sau tôi sẽ thăm bạn của tôi ở Nha Trang. |

   **a** Who is planning to get married?
   **b** Who is hoping to buy a new house?
   **c** Who intends to learn French?
   **d** Who wants to go backpacking?
   **e** Who plans to visit a friend?

# Reading and listening

**1 04.04 Listen to the following dates and write them out in English.**
   **a** ngày hai mươi lăm tháng hai năm một nghìn chín trăm tám mươi ba
   **b** mồng ba tháng ba năm một nghìn sáu trăm bảy mươi lăm
   **c** ba mươi mốt tháng chạp năm hai nghìn không trăm mười ba
   **d** ngày mùng sau tháng giêng năm một nghìn tám trăm hai mươi hai
   **e** mười bốn tháng bảy năm hai nghìn không trăm mười

**2 Read the text carefully and find out the following information.**
   **a** When was Liên born?
   **b** When did she get married?
   **c** How many children does she have?
   **d** Does she have sons or daughters?
   **e** When will she visit her parents?
   **f** What is her husband's job?

Tôi là Liên. Tôi sinh ra năm một nghìn chín trăm tám mươi. Tôi sống ở Hà Nội. Năm một nghìn chín trăm chín mươi chín tôi đã cưới. Chồng tôi là nhà báo. Tôi có hai con: một con gái và một con trai. Con gái tôi sinh ra năm hai nghìn không trăm linh một và con trai tôi sinh ra năm hai nghìn không trăm linh năm. Năm nay vào tháng bảy gia đình tôi định về quê thăm bố mẹ. Bố mẹ tôi sống ở Vĩnh Yên, một thành phố gần Hà Nội.

# ? Test yourself

**1 How would you say the following in Vietnamese?**

   **a** Last night I went to bed at 11.45.
   **b** Next week I will travel to Nha Trang to visit my sister.
   **c** Yesterday I met my friend Nam.
   **d** In the evening on Saturday I went to see a Vietnamese film.
   **e** Next year my parents will go on holiday to Hue.
   **f** Mr Thanh has just returned home.
   **g** The French lesson is about to start.
   **h** In the evening I like to watch television.

**2 Translate the following sentences into English.**

   **a** Hôm qua tôi học tiếng Việt từ buổi sáng đến buổi chiều.
   **b** Thứ bảy tuần này tôi sẽ gặp bạn tôi.
   **c** Sáng mai mẹ tôi sẽ về quê.
   **d** Chị sinh tháng nào?
   **e** Tuần trước ông Trí đã giới thiệu bà Hoa với ông Brown.
   **f** Bao giờ anh đi chơi?

**3 Your friend asks, 'Mấy giờ anh sẽ đến nhà tôi?' What does he want to know?**

   **a** Have you ever been to my house?
   **b** What time will you come to his house?
   **c** Would you like to come to my house for a visit?

**4 How do you say the following in Vietnamese?**

   **a** I am meeting my lawyer tomorrow.
   **b** My daughter was born last year.
   **c** When did you meet Mr Thanh?
   **d** On Sunday afternoon I usually go to visit my grandparents.
   **e** Next week Peter will start learning Vietnamese.
   **f** I am about to eat my breakfast.

## SELF CHECK

| | I CAN... |
|---|---|
| ○ | ...talk about dates, days of the week, months in a year. |
| ○ | ...ask when something happened or will happen. |
| ○ | ...discuss schedules. |
| ○ | ...form the past, present and future tense in Vietnamese. |

# 5 Hỏi đường

*Asking for directions*

**In this unit you will learn how to:**
▶ *ask for directions.*
▶ *make requests and commands.*
▶ *discuss different means of transport.*
▶ *ask how far? how long?*

**CEFR:** *(A2) Can ask for and understand directions, can ask about distances and time it takes to get somewhere; can discuss different means of transport; can make polite requests or suggestions and issue commands.*

## One country, many nations

Vietnam is a culturally diverse nation in which many ethnic groups live together, each possesing its own unique customs and traditions. Apart form the ethnic Vietnamese (**người Việt**, **người Kinh**) who account for approximately 86 per cent of the population, there are another 53 ethnic groups living in Vietnam. According to official statistics only six of these have more than 1 million people (**Tày**, **Thái**, **Mường**, **Khơ Me**, **Hmông**). Fourteen ethnic groups have populations ranging from 100,000 to 1,000,000 people (for example, **Gia rai**, **Ê Đê**, **Dao**, **Ba Na**, **Chăm**, **Hre**). All remaining ethnic groups have populations of less than 100,000 people (such as **Mạ**, **Xtiêng**, **Bru-Vân Kiều**) and there are even several groups with only a few hundred people (for example, **Si La**, **Pu Péo**, **Brâu**). Most live in remote rural areas and mountains and still wear distinctive colourful traditional costumes.

According to legend, the Vietnamese are the descendants of the dragon king **Lạc Long Quân** and the fairy princess from the mountains **Âu Cơ**. They married and **Âu Cơ** bore a egg sack from which hatched 100 children. In spite of her love for **Lạc Long Quân**, **Âu Cơ** yearned for the mountains again whilst he needed the sea. They separated, each taking 50 children.

Who are the Kinh people?

Do all Vietnamese ethnic minorities share the same ancestors as suggested in the legend of **Âu Cơ** and **Lạc Long Quân**?

# Vocabulary builder

**05.01 Read the following the words and phrases. Then listen to the audio and try to imitate the pronunciation.**

| | |
|---|---|
| đi | *go* |
| đến | *arrive, come* |
| chỉ | *show, point me to* |
| giúp | *help* |
| bản đồ | *map* |
| gần | *near* |
| xa | *far* |
| phố | *street* |
| đại sứ quán | *embassy* |
| chỉ. . . . thôi | *only* |
| sân bay | *airport* |
| lạc đường | *to be lost* |
| sau đó | *after that* |
| khoảng | *approximately* |
| ông làm ơn chỉ giúp tôi đường đi đến . . . ? | *please can you show me the way to . . . ?* |
| cách đây | *the distance from here* |
| ngã ba/ngã tư | *crossroads* |
| đi thẳng | *go straight* |
| rẽ | *to turn* |
| phải | *right* |
| trái | *left* |
| bao xa? | *How far?* |
| bao lâu? | *How long?* |

# Conversation and comprehension 1

**1** 05.02 **Listen to the following conversation.**

| | |
|---|---|
| **John** | Xin lỗi, ông làm ơn chỉ giúp tôi đường đi đến đại sứ quán Anh? |
| **Passer-by** | Từ đây anh đi thẳng đến ngã ba, sau đó rẽ phải. |
| **John** | Cách đây bao xa? |
| **Passer-by** | Không xa. Đi bộ chỉ mất 10 phút thôi. |
| **John** | Cám ơn ông. |
| **Passer-by** | Không có gì. |

**a** Can you identify the meaning of từ . . . đến?

**b** Vietnamese has several words for a crossroad. Can you work out the difference between ngã ba and ngã tư?

**2** **You are looking for the nearest bank (ngân hàng) and are given the following instructions, 'Chị cứ đi thẳng đến cuối phố này và rẽ phải. Ngân hàng cách chỗ rẽ khoảng một trăm mét.' What are you supposed to do?**

**a** Go straight, and after hundred metres turn right.

**b** Go to the end of the road and turn right.

**c** Turn right and keep on going for about hundred metres.

**3** **How would you ask a passer-by for directions to the following places?**

**a** ngân hàng (bank)

**b** đại sứ quán (embassy)

**c** bựu điện (post office)

**d** bệnh viện (hospital)

**e** nhà ga (railway station)

**f** siêu thị (supermarket)

**g** hiệu thuốc (pharmacy)

# New expressions

## MEANS OF TRANSPORT

| | |
|---|---|
| Anh đi Hà Nội bằng gì? | *How did you get to Hanoi?* |
| đi bộ | *go on foot* |
| xe ô tô | *car* |
| xe máy | *motorcycle* |
| xe ôm | *motorcycle taxi* |
| ôm | *to hug, cuddle* |
| xe đạp | *bicycle* |
| xe lửa/xe hỏa | *train* |
| xe buýt | *bus* |
| xe khách | *coach* |
| xe tắc xi | *taxi* |
| máy bay | *plane* |
| xích lô | *cyclo, pedicab* |
| tàu thủy | *boat* |
| thuyền | *junk, small boat* |

# Conversation and comprehension 2

**1** 05.03 **Listen to the conversation and answer the questions.**

| Peter | Xin lỗi, tôi bị lạc đường. Tôi muốn đến phố Hàng Gà. |
|---|---|
| Bà Mai | Phố Hàng Gà cách đây khá xa. |
| Peter | Bà có thể chỉ cho tôi trên bản đồ không? |
| Bà Mai | Phố Hàng Gà ở trung tâm thành phố Hà Nội. Đây! |
| Peter | Cám ơn bà. |

  **a** Where is Peter going?
  **b** Does he have a map?

**2** 05.04 **Listen to the conversation and answer the questions.**

| Helen | Xin lỗi, anh làm ơn cho tôi hỏi, ga Hà Nội cách đây có xa không? |
|---|---|
| Anh Thanh | Khá xa nếu đi bộ. Có lẽ chị nên đi tắc xi. |
| Helen | Cám ơn. |
| Anh Thanh | Không có gì. |

  **a** Where is Helen going?
  **b** Is her destination far?

# ⓘ Practice

**1  What do you say if you want to know how long it takes to get to the airport?**

    **a**  Sân bay ở đâu?

    **b**  Sân bay cách đây bao xa?

    **c**  Đi sân bay mất bao lâu?

**2  How do you ask 'how far is the airport'?**

    **a**  Đi sân bay mất bao lâu?

    **b**  Sân bay có xa không?

    **c**  Từ đây đến sân bay bao xa?

# Learn more

**ĐI BẰNG . . . *TRAVELLING BY . . .***

To say that you are using a particular type of transport is expressed in Vietnamese by using **bằng**. However, its use is optional and is often omitted and you can simply use a verb such as **đi** followed by the noun indicating a type of vehicle. For example:

| | |
|---|---|
| **Anh đi Hà Nội bằng gì?** | *How did you get to Hanoi?* (By what means of transport?) |
| **Tôi đi xích lô đến nhà ga.** | *I went by bike to the railway station.* |
| **Tôi đến Hà Nội bằng máy bay.** | *I arrived in Hanoi by plane.* |
| **Tôi về nhà bằng xe ôm.** | *I returned home by motorcycle taxi.* |
| **Em trai tôi thích đi bằng xích lô.** | *My younger brother loves going by bike.* |

**1  Your friend asks you, 'Anh đã đến sân bay bằng gì?' What does he want to know?**

    **a**  Do you know where the airport is?

    **b**  How did you get to the airport?

    **c**  How will you get from the airport?

**2  You talk to your landlord about your recent trip to Huế. He asks, 'Anh đi Huế bằng gì?' What does he want to know?**

    **a**  When did you go to Huế?

    **b**  How long did it take to get to Huế?

    **c**  How did you travel to Huế?

**3** **You are late for your appointment at the embassy. You intended to walk but now you need to take xe ôm. How do you check with the driver how long it will take to get there?**

    **a** Đi xe ôm đến đại sứ quán Anh giá bao nhiêu tiền?

    **b** Đi xe ôm đến đại sứ quán Anh mất bao lâu?

    **c** Anh có biết đại sứ quán Anh ở đâu không?

## COMMANDS, ORDERS AND POLITE REQUESTS

The following grammatical words can be used to mark an order or command in Vietnamese (imperative). Some are more formal, others are milder and more polite, and should be perceived more as recommendations or suggestions.

Formal

**Hãy** placed before the main verb:

**Anh hãy ngủ.**

**Đi** placed at the end of a sentence:

| | |
|---|---|
| **Em ăn đi!** | *Eat!* |
| **Anh đi đi!** | *Go!* |

You can combine both **hãy** and **đi** for emphasis:

**Em hãy ăn đi!**

When you need to tell somebody not to do something you can use the following negative imperatives:

▶ **đừng** (*don't*) placed before the main verb:

| | |
|---|---|
| **Đừng nói!** | *Don't talk!* |
| **Đừng lo!** | *Don't worry!* |
| **Đừng sợ!** | *Don't be scared!* |

▶ **cấm** placed before the main verb (often appears in public signs):

| | |
|---|---|
| **Cấm vào!** | *No entry!* |
| **Cấm chụp ảnh!** | *No photography!* |

▶ **chớ** placed before the main verb makes it milder, more of a recommendation than a command:

| | |
|---|---|
| **Anh chớ uống rượu!** | *Don't drink alcohol! You should not drink alcohol!* |

## Polite requests

In everyday life, rather than just telling people what to do, we more frequently need to make a polite request or ask for a favour. You should use one of the following expressions:

▶ **xin** *please*

| | |
|---|---|
| **Xin anh chờ một tí.** | *Please wait a while.* |

▶ **mời** *please* (lit. *to invite*)

| | |
|---|---|
| **Mời anh ngồi.** | *Please have a seat.* |
| **Mời ông vào.** | *Please come in.* |

▶ **làm ơn** *do somebody a favour*

| | |
|---|---|
| **Chi làm ơn giúp tôi.** | *Please would you mind helping me?* |

▶ **cho/cho phép** *allow, permit*

| | |
|---|---|
| **Xin cho tôi hỏi, bây giờ là mấy giờ?** | *Please allow me to ask, 'what is the time'?* |

**4  How would you tell your friends to do or not to do the following?**

   **a**  Don't worry, Hoa.
   **b**  Have some food, Quê.
   **c**  Don't smoke here, Hùng.
   **d**  Let's go for a walk.
   **e**  Get up early tomorrow, Cúc.
   **f**  Don't be late, Nam.
   **g**  Please come in, Lan.

# Listening

**1** 05.05 **Listen to the following conversation carefully and try to find the following information about Helen:**

**a** When did she arrive in Vietnam?

**b** How did she arrive in Vietnam?

**c** Where is she staying at the moment?

| | |
|---|---|
| **Nam** | Helen, chị đến Việt Nam bao giờ? |
| **Helen** | Tuần trước. |
| **Nam** | Chị đến đây bằng gì? |
| **Helen** | Bằng máy bay từ Bangkok. |
| **Nam** | Bây giờ Helen ở đâu? |
| **Helen** | Ở khách sạn Metropole. Tuần sau tôi bắt đầu làm việc. Cơ quan của tôi khá xa khách sạn này, trên phố Chu Văn An. Anh có biết phố Chu Văn An không? |
| **Nam** | Biết. |
| **Helen** | Đi đến đó thế nào? |
| **Nam** | Chị nên thuê xe máy. Đi bằng xe máy chỉ mất khoảng 15 phút. |
| **Helen** | Anh Nam đi làm bằng gì? |
| **Nam** | Trước đây tôi thường đi bằng xe buýt nhưng đi xe buýt chậm. Bây giờ tôi thường đi bằng xe ôm. Đi xe ôm rẻ và nhanh. |

**2** **Now listen again to find answers to the following questions about Helen's friend Nam.**

**a** Does he usually walk to his office?

**b** Does he know where Chu Văn An street is?

**c** How does he get to his work?

**d** Why is he no longer taking the bus to work?

**e** Is travelling by motorcycle taxi expensive?

Test yourself

1 **You are staying with your Vietnamese friend. In the morning his mum asks, 'Tối qua anh về nhà bằng gì?' What does she want to know?**
  a At what did you return home last night?
  b How did you get back home last night?
  c Where did you go last night?

2 **Translate the following sentences into English.**
  a Tôi không biết đường đi đến nhà ga.
  b Hôm nay tôi mệt, tôi đi cơ quan bằng xe ôm.
  c Anh có biết ngân hàng gần nhất ở đâu?
  d Từ đây đến bệnh viện bao xa?
  e Ông làm ơn chỉ giúp tôi đường đi đến phố Hàng Đào.

3 **Provide English equivalents.**
  a Anh đừng lo!
  b Xin mời chị vào và uống cà phê.
  c Em dậy đi.
  d Anh hãy về nhà.
  e Em đừng đi bằng xe máy. Đi bằng xe buýt đi.
  f Anh đi nhanh đi.
  g Chị Helen làm ơn giúp tôi.

4 **Do you enjoy a challenge? Then try to tackle the following reading comprehension.**

John and Paul are at the airport and need to get to their hotel in the city centre. While they are waiting for their luggage and considering how to get from the airport, somebody hands them the following leaflet, entitled **Phương tiện đi chuyển từ sân bay về trung tâm Hà Nội** (lit. *The means of transport to get from the airport to the centre of Hanoi*). Read the leaflet and determine the following information:

  a Will bus number 7 take them all the way to the centre?
  b How much will they have to pay if they take the airport car?
  c Where does bus number 25 go?
  d What does the leaflet say about travelling by taxi? Use a dictionary to look up the meaning of **nhóm** and **đông người**. Can you guess the Vietnamese phrase meaning *to catch a bus*?

**Phương tiện đi chuyển từ sân bay về trung tâm Hà Nội**

Xe ô tô của sân bay (giá 35.000VND/người) về địa chỉ ở trung tâm Hà Nội.

Taxi (giá khoảng 300.000VND), thích hợp cho nhóm đông người.

Xe buýt: bắt xe buýt số 7 về bãi trung chuyển Cầu Giấy.
Tiếp đó bắt xe 32 hoặc 25 đến trung tâm thành phố.

## SELF CHECK

**I CAN. . .**

○ . . .ask for directions.

○ . . .make requests and commands.

○ . . .describe different means of transport.

○ . . .ask *how far? how long?*

# 6 Thế nào?

*What is it like?*

**In this unit you will learn . . .**
▶ basic Vietnamese adjectives.
▶ how to describe people, objects and places.
▶ how to ask what something or somebody is like.
▶ to state your likes, dislikes and preferences.
▶ to form comparative and superlative degrees of adjectives.

**CEFR:** *(A1) Can use a range of adjectives to describe people, objects and places; can ask what something is like; (A2) can state likes, dislikes and preferences.*

## Vietnamese traditional dress

**Áo dài** (*a long floating tunic*) is a traditional Vietnamese costume worn with wide trousers. There are many different types of **áo dài** and different regions of the country have their own styles. Although it has been replaced by western clothes in everyday life, it is still worn by many on special occasions and remains an easily recognizable symbol of Vietnam.

Another symbol of Vietnam is **nón** (**nón lá**, *leaf hat*), a conical hat traditionally worn by people in the countryside as a protection against the tropical sun or monsoon rains. Made from dried palm leaves attached to a bamboo frame, the hat is light yet durable and strong. **Nón thơ Huế** (*the poem hat of Huế*) is a more elaborate version of the plain **nón**. Pictures or poems are inlaid between individual layers of leaves, visible only when held up against the sun. **Nón** has become a popular souvenir from Vietnam.

Was **áo dài** traditionally worn by women or men?

Why is **nón** (the Vietnamese conical hat) so versatile?

# Vocabulary builder

06.01 **Read the following the words and phrases. Then listen to the audio and try to imitate the pronunciation.**

| | | | | |
|---|---|---|---|---|
| nhỏ | *small* | | lớn/to | *large, big* |
| cao | *tall* | | thấp | *low* |
| gia | *old* (opposite of *young*) | | trẻ | *young* |
| cu | *old* | | mới | *new* |
| dài | *long* | | ngắn | *short* |
| rộng | *wide* | | hẹp | *narrow* |
| khó | *difficult* | | dễ | *easy* |
| đắt | *expensive* | | rẻ | cheap |
| đẹp | *pretty, nice* | | xấu | *ugly, bad* |
| vui | *cheerful, happy* | | buồn | *sad* |
| bẩn | *dirty* | | sạch | *clean* |
| nóng/ấm | *warm* | | lạnh/rét | *cold* |
| béo | *fat* | | gầy | *slim, thin* |
| ốm | *ill* | | khỏe | *healthy* |
| chăm | *hardworking* | | lười | *lazy* |
| hay | *interesting* | | chán | *boring* |
| cổ | *ancient* | | hỏng | *broken* |
| yên tĩnh | *quiet, tranquil* | | thông | *clever* |

# Conversation and comprehension 1

**1** 06.02 *Jane needs to reserve a hotel for her friend from London. She asks Hoa for her opinion.* **Which hotel is cheaper, Metropole or Bông Sen?**

| | |
|---|---|
| **Jane** | Khách sạn Metropole có tốt không? |
| **Hoa** | Khách sạn Metropole tốt lắm nhưng cũng đắt lắm. |
| **Jane** | Khách sạn nào rẻ? |
| **Hoa** | Khách sạn Bông Sen rẻ và sạch. |

**2** 06.03 *Liên and her friend talk about her dog* (**con chó**).

| | |
|---|---|
| **Bạn của Liên** | Con chó của Liên có to không? |
| **Liên** | Con chó của tôi nhỏ. |
| **Bạn của Liên** | Con chó có béo không? |
| **Liên** | Không. |
| **Bạn của Liên** | Con chó có nhanh không? |
| **Liên** | Có. |

**a** Does she have a big dog or a small one?
**b** Is her dog fat and slow?

## New expressions

**ASKING FOR OPINIONS**

| | |
|---|---|
| (như) thế nào? | *What is it like?* |
| . . . (như) thế nào? | *What is . . . like?* |
| Anh thấy . . . như thế nào? | *What do you think about . . . ?* |
| theo anh/chị | *in your opinion* |
| Tôi thích . . . hơn. | *I prefer . . .* |
| khách sạn | *hotel* |

## Conversation and comprehension 2

**1  06.04 Listen to Helen and Lan.**

| | |
|---|---|
| **Helen** | Chị Lan, chị có biết anh Thanh không? Anh Thanh thế nào? |
| **Lan** | Anh Thanh trẻ, cao và thông minh. |
| **Helen** | Anh Thanh có biết tiếng Anh không? |
| **Lan** | Anh Thanh mới bắt đầu học tiếng Anh. |

   **a**  Who are they discussing?
   **b**  What does that person look like?

**2  06.05 Peter and Thanh discuss their respective home cities, Hanoi and London.**

| | |
|---|---|
| **Thanh** | Anh Peter thấy thành phố Hà Nội thế nào? |
| **Peter** | Hà Nội nhỏ nhưng đẹp. |
| **Thanh** | Còn Luân Đôn thế nào? |
| **Peter** | Luân Đôn lớn hơn Hà Nội nhưng cũng bẩn hơn. Và trời lạnh hơn Việt Nam. Thành phố Hồ Chí Minh và Hà Nội, thành phố nào lớn hơn? |
| **Thanh** | Thành phố Hồ Chí Minh. |
| **Peter** | Anh có thích sống ở Hà Nội không? |
| **Thanh** | Có, thành phố Hồ Chí Minh đông người nhưng Hà Nội yên tĩnh. |

   **a**  What does Peter think about Hanoi?
   **b**  Why does Thanh enjoy living in Hanoi?

## ⓘ Practice

**Match the adjectives on the left side with their opposites on the right.**

| | | | |
|---|---|---|---|
| a | đẹp | 1 | chăm |
| b | buồn | 2 | dài |
| c | lười | 3 | xấu |
| d | già | 4 | khỏe |
| e | ngắn | 5 | vui |
| f | ốm | 6 | trẻ |
| g | nhỏ | 7 | bẩn |
| h | sạch | 8 | to |

## Learn more

### HOW TO USE ADJECTIVES

There are a few important differences concerning the use of adjectives in Vietnamese which may take some time getting used to.

Vietnamese adjectives are placed AFTER the noun they describe. For example:

**cô gái** (*girl*) **trẻ** (*young*)           *a young girl*

**khách sạn** (*hotel*) **đắt** (*expensive*)   *an expensive hotel*

**sinh viên** (*student*) **lười** (*lazy*)     *a lazy student*

Vietnamese adjectives can act as verbs, which means that they should be more correctly translated into English as *to be pretty* (**đẹp**), *to be young* (**trẻ**) or *to be expensive* (**đắt**).

For example:

**Chị Lan** (*Miss Lan*) **trẻ** (*to be young*).     *Miss Lan is young.*

Adjectives can be negated in a regular way by **không**. For example:

**đẹp – không đẹp**

**khó – không khó**

**Tiếng Việt không khó.**     *Vietnamese is not difficult.*

1 **Read the following sentences carefully and translate them into English.**

   a Bạn tôi Lan đẹp.
   b Ông bà nội của tôi già.
   c Ở Việt Nam tháng mười nóng nhưng ở nước Anh tháng mười lạnh.
   d Người yêu của anh Peter trẻ.
   e Bố tôi ốm.
   f Bộ phim Mùi đủ đủ xanh (*The Scent of Green Papaya*) có hay không?
   g Hàng ngày bạn tôi Phượng vui.

2 **How would you ask your Vietnamese friend if he finds learning English difficult or easy?**

   a Anh thấy học tiếng Anh thế nào?
   b Bao giờ anh bắt đầu học tiếng Anh?
   c Học tiếng Anh khó hay dễ?

3 **Your Vietnamese friend asks you 'Học tiếng Việt có khó không?' Is he asking:**

   a If you plan to learn Vietnamese?
   b If studying Vietnamese is hard?
   c If it is hard to find a good teacher of Vietnamese?

4 **Complete the following sentences by adding the appropriate antonym. Then translate them into English.**

   a Bà Mai không già nhưng bà cũng không _____.
   b Hà Nội không lớn nhưng cũng không _____.
   c Em trai tôi không chăm nhưng cũng không _____.
   d Xe máy của tôi không mới nhưng cũng không _____.
   e Anh Nam không gầy nhưng cũng không _____.

## COMPARING OBJECTS AND PEOPLE: COMPARATIVE AND SUPERLATIVE

▶ **bằng** *to be equal*

**Bằng** is used to say that something or somebody is equal. For example:

**Bố tôi già bằng mẹ tôi.**      *My father and my mother are equally old.*

▶ **hơn** *more*

The comparative degree of adjectives is formed by placing **hơn** (*more*) after an adjective. For example: **đẹp hơn** (*more beautiful*); **già hơn** (*older*); **đắt hơn** (*more expensive*); **nhanh hơn** (*faster*)

**Máy bay nhanh hơn tàu hỏa.**

*A plane is faster than a train.*

**Học tiếng Việt khó hơn học tiếng Anh.**

*Learning Vietnamese is more difficult than learning English.*

**Hà Nội lớn hơn Huế.**

*Hanoi is bigger than Huế.*

▶ **nhất** *the most*

The superlative degree of adjectives is created by **nhất** (*the most*). For example: **trẻ nhất** (*the youngest*); **dài nhất** (*the longest*); **chậm nhất** (*the slowest*).

**Thành phố Hồ Chí Minh lớn nhất ở Việt Nam.**

*Ho Chi Minh is the biggest city in Vietnam*

**Thành phố nào lớn nhất ở nước Anh?**

*Which city is the biggest in England?*

**5  Your colleague asks you, 'Buổi sáng bạn thích uống cà phê hay trà hơn?' Is he asking you . . .**

   **a**  . . . if you bought coffee and tea?

   **b**  . . . if you already had some coffee or tea today?

   **c**  . . . if you prefer coffee or tea in the morning?

**6  Your friend asks, 'Thành phố nào lớn nhất ở nước Anh?' What does he want to know?**

   **a**  In which English town you live?

   **b**  Whether you enjoy living in a big town?

   **c**  Which is the largest town in England?

**7  Your friend asks, 'Ai là người trẻ nhất trong gia đình của anh?' Is he asking . . .**

   **a**  . . . if you are the youngest person in your family?

   **b**  . . . who is the youngest person in your family?

   **c**  . . . if your younger sibling is still living with the family?

# Conversation and comprehension 3

**1** 06.06 Listen to the following conversation.

| Jane | Chị Lan, đi xe ôm có đắt không? |
|------|-------------------------------|
| Lan | Không, đi xe ôm rẻ nhưng thuê xe máy khá đắt. |
| Jane | Đi xe ôm và đi xe buýt, cái nào rẻ hơn? |
| Lan | Theo tôi, đi xe buýt rẻ hơn. |
| Jane | Đi xe ôm chậm hơn đi xe buýt, phải không? |
| Lan | Không, đi xe ôm nhanh hơn. |

   **a** Is it quicker to use xe ôm or a bus?
   **b** What is cheaper?

**2** Read the following questions out loud, paying attention to your pronunciation. Then translate the questions into English.
   **a** Phim này có vui không?
   **b** Ông Hùng có giàu không?
   **c** Nhà anh có mới không?
   **d** Cô Lan có đẹp không?
   **e** Đà Lạt có lạnh không?
   **f** Anh Dũng có cao không?
   **g** Phố này có rộng không?
   **h** Từ Brighton đến London có xa không?
   **i** Hôm nay mẹ anh có vui không?
   **j** Học tiếng Việt có khó không?

**3** Read the following text and answer the questions.

John đã đến Hà Nội tuần trước. John sống ở khách sạn Quê Hương ở trung tâm thành phố. Khách sạn này mới và đẹp nhưng khá đắt. Hàng này John đi xe máy đến cơ quan. Ở Hà Nội đi xe máy nhanh nhất. Xe máy của John cũ. Bây giờ xe máy của John đang bị hỏng.

Chủ nhật John sẽ đi tham quan Huế. Huế không lớn bằng Hà Nội. Huế là một thành phố cổ và yên tĩnh.

   **a** Do you know the name of John's hotel?
   **b** Is it expensive?
   **c** What is John's motorcycle like?

**4** Now read the text again. Are the following statements true or false?
   **a** John sống ở thành phố Huế.
   **b** Huế nhỏ hơn Hà Nội.
   **c** Khách sạn Quê Hương rẻ.
   **d** Khách sạn Quê Hương ở trung tâm thành phố Huế.
   **e** Chủ nhật John sẽ ở nhà.

# Go further

## STATING YOUR PREFERENCES, LIKES AND DISLIKES

Comparative and superlative is useful if you want to express your preferences. You are in effect saying that you like something *more* or *the most*. Be careful to remember that in these circumstances **hơn** and **nhất** are placed at the very end of a sentence:

▶ *I like* **tôi thích**
▶ *I dislike* **tôi không thích**
▶ *I hate* **tôi ghét**
▶ *I prefer* **tôi thích . . . hơn** (Note that **hơn** has to be placed at the very end of a sentence.)
▶ *I like the most* **tôi thích . . . nhất** (Note that **nhất** also has to be placed at the very end of a sentence.)

| | |
|---|---|
| **Tôi thích uống cà phê hơn.** | *I prefer drinking coffee.* |
| **Tôi thích cà phê Việt Nam nhất.** | *I like Vietnamese coffee the most.* |
| **Tôi không thích trà.** | *I don't like tea.* |

**1 Say in Vietnamese that you prefer the following.**

   **a** getting up early
   **b** going to your office on foot
   **c** living in London
   **d** coffee rather than tea
   **e** travelling by train rather than by plane

**2 Now try to say that you dislike the following.**

   **a** getting up early
   **b** living in a big city
   **c** going to the cinema

# ? Test yourself

1 **Write down the following sentences in Vietnamese.**

   **a** My friend Lan is young and pretty.

   **b** London is big.

   **c** Hanoi is smaller than Ho Chi Minh City.

   **d** What is your brother like?

   **e** Learning Vietnamese language is easy but learning Chinese is difficult.

   **f** Is Mr Hung old?

   **g** London is the largest city in Britain.

   **h** Today, my mum is sad.

   **i** My father is older than my mother.

   **j** English is as difficult as French.

   **k** Mary speaks Vietnamese better than John.

   **l** My sister is taller than her mother.

   **m** Learning Vietnamese language is easy.

2 **Translate the following into English.**

   **a** Sông nào dài nhất ở Việt Nam?

   **b** Thành phố nào đẹp nhất ở Việt Nam?

   **c** Đường phố Sài Gòn rộng hơn đường phố Hà Nội.

   **d** Anh tôi cao bằng chị tôi.

   **e** Bạn tôi già hơn tôi.

   **f** Đi máy bay nhanh hơn đi tàu hỏa.

## SELF CHECK

**I CAN. . .**

○ …describe people, objects and places using a range of adjectives.

○ …ask what something or somebody is like.

○ …state my likes, dislikes and preferences.

# 7 Cái này giá bao nhiêu?

## How much is this?

**In this unit you will learn how to:**
▶ *ask for something in a shop, ask for different sizes and check the price.*
▶ *talk about colours.*
▶ *describe what people are wearing.*
▶ *use classifiers and demonstrative pronouns.*
▶ *create plurals.*

**CEFR:** *(A2) Can execute a basic shopping conversation, ask for an item in a particular size, quantity and colour, ask about its price and haggle to obtain a discount.*

## Let's go shopping

*Markets* (**chợ**) remain a popular shopping place for the majority of the Vietnamese. A daily trip to the local market to buy fresh produce for the same day's meal has been a regular practice of Vietnamese housewives for thousands of years. Markets also provide an important place for social interaction for people to meet and exchange news.

While people in urban areas nowadays have more choices through the arrival of **siêu thị** (*supermarkets*), **cửa hàng bách hoá** (*department stores*) and **trung tâm thương mại** (*shopping malls*), in the rural areas markets often remain the only place to buy daily supplies. The markets have traditionally been located in areas with easy access such as town gates, busy crossroads, city centres, or riverbanks.

Wandering through a market, watching the abundant selection of fresh fish and meat, exotic animals, tropical fruit and vegetables, unusual spices or condiments and soaking up the buzzing atmosphere, the noise and the smell provides a fascinating insight into Vietnamese culture.

In the ancient centre of Hanoi there exists a network of streets, each specializing in a particular type of goods and produce. These 36 guild streets together resemble a large market space. Although the demarcation line between the types of produce sold in each street no longer applies, their names serve as a reminder of the traditional goods once sold there. The names of the street all start with the word **hàng** (*goods*), for example, **Hàng Bạc** (*Silversmith Street*), **Hàng Bô** (*Basketware Street*), **Hàng Đào** (*Silk Street*), **Hàng Thiếc** (*Tin Street*) and others.

What are the names of the largest markets in Hanoi, Huế and Ho Chi Minh City?

What type of merchandise would have been traditionally sold at the **Hàng Đường** and **Hàng Vải** streets in Hanoi?

# Vocabulary builder

**07.01 Read the following words and phrases. Then listen to the audio and try to imitate the pronunciation.**

| | |
|---|---|
| X giá bao nhiêu? | *How much is X?* |
| X bao nhiêu tiền? | *How much is X?* |
| Bao nhiêu tiền tất cả? | *How much is it altogether?* |
| Chị muốn mua gì? | *What do you want to buy?* |
| Tôi muốn mua . . . | *I want to buy . . .* |
| tiền | *money* |
| giá | *price* |

**How would you ask the price of the following?**

**a** một bát phở *(a bowl of noodle soup)*
**b** một quyển từ điển Việt-Anh *(Vietnamese–English dictionary)*
**c** một nải chuối *(a bunch of bananas)*
**d** đi xe ôm đến trung tâm thành phố *(going by motorbike taxi to the city centre)*

# New expressions

**MUA BÁN** *SHOPPING*

| | |
|---|---|
| mua | *buy* |
| bán | *sell* |
| mua bán | *to shop* |
| số | *size* |
| Anh mặc số bao nhiêu? | *What size do you wear? What size are you?* |
| thử | *to try* |
| mặc thử | *try on* (lit. *try wearing it*) |
| Có được không? | *Is it possible? Is it all right?* |
| Cái này tiếng Việt gọi là gì? | *What is this called in Vietnamese?* |
| mặc cả | *to haggle about price* |
| vừa | *to fit, to be the right size* |
| thuận tiện | *convenient* |

## MÀU *COLOUR*

| | | | |
|---|---|---|---|
| màu trắng | white | màu vàng | *yellow* |
| màu đen | *black* | màu xanh | *green* or *blue* |
| màu đỏ | *red* | màu xanh lá cây | *green (the colour of leaves)* |
| màu nâu | *brown* | màu xanh nước biển | *blue (the colour of the sea)* |

## BUYING CLOTHES

| | | | |
|---|---|---|---|
| áo | *dress* or any garment worn on the top part of the body | quần | *trousers* |
| | | áo quần | *clothes* |
| áo sơ mi | *shirt* | giày | *shoes* |
| áo len | *jumper* | dép | *sandals* |
| áo khoác | *coat, jacket* | mũ | *hat* |
| áo mưa | *raincoat* | gắng tay | *gloves* |
| áo dài | *traditional long tunic Vietnamese national dress* | bít tất | *socks* |

## BUYING FRUIT AND VEGETABLES

| | | | |
|---|---|---|---|
| cam | *orange* | dứa | *pineapple* |
| xoài | *mango* | dưa | *melon* |
| đu đủ | *papaya* | cà chua | *tomato* |
| táo | *apple* | khoai tây | *potatoes* |
| chanh | *lemon* | giá | *bean sprout* |
| chôm chôm | *rambutan* | rau muống | *morning glory* |
| chuối | *banana* | măng | *bamboo shoot* |
| nho | *grapes* | cà rốt | *carrot* |
| dừa | *coconut* | mớ | *a bunch* |

## BUYING SOUVENIRS

| | |
|---|---|
| tranh sơn mài | *lacquer painting* |
| tranh lụa | *painting on silk* |
| khăn trải bàn | *table cloth* |
| bức tượng gỗ | *wooden statue* |
| áo dài lụa | *silk traditional tunic* |
| khăn thêu tay | *hand-embroidered scarf* |
| khay khảm trai | *a mother-of-pearl inlay tray* |
| nón Việt Nam | *traditional conical hat* |

# Conversation and comprehension

**1** 07.02 **Listen to the following conversation in a shop. Can you guess the meaning of vừa?**

| | |
|---|---|
| A | Xin chào anh. Anh cần gì ạ? |
| B | Tôi muốn mua một chiếc áo sơ mi. |
| A | Anh thích màu gì? |
| B | Màu xanh biển. |
| A | Mấy chiếc này rất đẹp. Anh mặc số bao nhiêu? |
| B | Số 42. Tôi mặc thử có được không? |
| A | Được, xin mời anh. |
| B | Chiếc áo sơ mi này nhỏ, không vừa với tôi. |
| A | Đây là số lớn hơn. |
| B | Chiếc áo sơ mi này rất vừa. Nó giá bao nhiêu? |
| A | Hai trăm nghìn đồng. |

**2 Read the conversation again and decide if the following statements are correct or incorrect.**

**a** Anh muốn mua hai chiếc áo sơ mi.

**b** Anh mặc số 42.

**c** Anh không thích màu xanh biển.

**d** Anh không được mặc thử áo sơ mi.

**e** Áo sơ mi giá hai nghìn đồng.

**3 You are buying a new dress and a shop assistant asks you, 'Chị thích màu gì?' What does she want to know?**

**a** If you like the colour she showed you?

**b** If you want a different colour?

**c** Which colour you like?

4 **Match the Vietnamese and the English.**

a Tôi muốn mua
b Tôi mặc thử có được không?
c Anh mặc số bao nhiêu?
d Anh thích màu gì?

1 What color do you like?
2 What size are you?
3 Can I try it on?
4 I want to buy

5 07.03 **Read the following conversation. Then listen to the audio and try to imitate the pronunciation. Can you identify at least one of the phrases used to enquire about the price?**

A      Chào chị, chị muốn mua gì?
B      Chào bà, tôi muốn mua cam và đu đủ. Bao nhiêu tiền một quả đu đủ?
A      Ba nghìn đồng.
B      Và một cân cam giá bao nhiêu?
A      Hai nghìn đồng.

# Learn more

## CLASSIFIERS

Classifiers are grammatical words used in Vietnamese to specify nouns and 'classify' into which category they belong. Nouns in Vietnamese can be used either with or without classifiers according to the following rules:

▶ If you are making a statement which refers to a specific object, person, animal or activity, then you must use a classifier. If the reference is general, the classifier is omitted. For example:

**Con chó của tôi nhỏ.**    *My dog is small.* (The reference here is specific, you are referring to a specific dog, i.e. your dog and therefore a classifier must be used.)

**Tôi thích chó.**    *I like dogs.* (The reference here is general. You are not referring to any dog in particular but to dogs as a species and therefore, there is no classifier.)

► Classifiers are always placed immediately before the noun they classify. No other grammatical word can be inserted in between a classifier and the noun to which it is linked.

| **cái nhà** | *a house* |
| **con mèo** | *a cat* |
| **bức tranh** | *a picture* |
| **cuộc họp** | *a meeting* |

► When a statement refers to a certain number of objects and people then classifier is normally used:

| **ba con chó** | *three dogs* |
| **hai quyển sách** | *two books* |

► Classifiers can be omitted when it is already clear from the context that the reference is specific.

► Word order of a nominal phrase – we have now learnt several grammatical words that relate to a noun. It is now important to remember how they relate to each other and where they are placed. The correct word order of a nominal phrase is as illustrated.

| Number or plural marker | classifier | Noun | Adjective | Demonstrative | |
|---|---|---|---|---|---|
| hai | con | chó | nhỏ | này | these two small dogs |
| những | quả | cam | | này | these oranges |
| ba | quyển | sách | hay | | three interesting books |
| hai | đôi | đũa | | | two pairs of chopsticks |
| | chiếc | tủ lạnh | mới | này | this new fridge |

## CATEGORIES

Classifiers indicate the category to which a noun belongs. In addition to a 'general' classifier **cái**, there an extensive list of special classifiers, the most frequent of which are listed.

▶ **Cái** (general classifier, used for inanimate objects): **cái bàn** (*table*), **cái nhà** (*house*).

▶ **Người** (classifier for people): **người nước ngoài** (*foreigner*), **người đánh cá** (*fisherman*).

▶ **Con** (classifier for animals): **con chó** (*dog*), **con mèo** (*cat*) also **con sông** (*river*), **con mắt** (*eye*).

▶ Special classifiers

  ▷ **Bức** (flat, rectangular objects): **bức tranh** (*picture*), **bức ảnh** (*photograph*).

  ▷ **Chiếc** used when referring to one of a pair: **chiếc đũa** (*one chopstick*), **chiếc giày** (*one shoe*) and for manufatured items: **chiếc đồng hồ** (*watch*).

  ▷ **Đôi** (*a pair*): **đôi giày** (*a pair of shoes*), **đôi đũa** (*a pair of chopsticks*).

  ▷ **Tờ** (*sheet of paper*): **tờ báo** (*newspaper*), **tờ giấy** (*a sheet of paper*).

  ▷ **Quyển/cuốn** (*volume*): **quyển sách** (*book*), **quyển từ điển** (*dictionary*), **cuốn sách** (*book*).

  ▷ **Quả** – in the south of Vietnam replaced by **trái** (*fruit*, round object): **quả chuối** (*banana*), **quả đất** (*the Earth*).

  ▷ **Bộ** (*set*): **bộ bàn ghế** (*set of tables and chairs*), **bộ ấm chén** (*a tea set*).

  ▷ **Cuộc** (process, activity, also used with games): **cuộc chiến tranh** (*war*), **cuộc đời** (*life*).

  ▷ **Bài** (*text*): **bài báo** (*newspaper article*), **bài hát** (*song*).

▶ Many other words can fulfil the role of a classifier: human reference terms/kinship terms (**anh**, **chị em**, **ông**, **bà**, **con**), units of time (**bữa**, **giờ**, **phút**, **ngày**, **tháng**), units of quantity and value (**đồng**, **số**, **giá**), containers (**chai** *bottle*, **bát** *bowl*, **đĩa** *plate*, **cốc** *glass*), units of language (**tiếng**, **câu**, **lời**) and others.

## PLURAL MARKERS: CÁC, NHỮNG

**Các** or **những** are used to form the plural in Vietnamese. They are positioned before the relevant noun (and its classifier, if used). For example:

| các | sinh viên | *students* |
| --- | --- | --- |
| những | con chó | *dogs* |

**Các** is used when referring to all of a given set (**các bạn tôi** *my friends*, i.e. all of my friends) and **những** refers to some or several of a given set (**những bạn tôi** *some of my friends*). In addition to these grammatical words, other expressions can fulfil the same role, for example numerals, including words of quantity such as **nhiều** (*many*), **mọi** (*every*), **mỗi** (*each*), **từng** (*each*).

### DEMONSTRATIVES: NÀY (*THIS*), ẤY (*THAT*), KIA (*THAT ONE OVER THERE*)

The above demonstratives are placed after a noun:

| | |
|---|---|
| **con chó này** | *this dog* |
| **chiếc xe máy ấy** | *that motorcycle* |
| **cái nhà kia** | *that house over there* |

If the noun is already specified by an adjective, the demonstrative comes after the adjective:

| | |
|---|---|
| **con chó nhỏ này** | *this small dog* |
| **cái nhà mới ấy** | *that new house* |
| **cô gái đẹp kia** | *that pretty girl over there* |

Make sure you understand the difference between **con chó nhỏ này** (a nominal phrase meaning *this small dog*) and **Con chó này nhỏ** (a sentence meaning *This dog is small*).

## Practice

**1 Ask what price per unit the following items are.**

    **a** bia Halida/một chai
    **b** cà phê/một tách
    **c** đũa/mười đôi
    **d** xoài/một quả
    **e** chanh/một ki lô
    **f** từ điển Việt-Anh/một quyển
    **g** xe máy/một chiếc
    **h** giày/một đôi
    **i** gà/một con

**2 Fill in the missing classifiers.**

**a** Tôi có một _____ chó và một _____ mèo.

**b** _____ áo dài của chị Lan đẹp lắm.

**c** _____ sách này rất hay.

**d** _____ xoài này tươi.

**e** _____ xe máy ấy đắt quá.

**f** Nhà báo Dũng viết hai _____ báo.

**g** _____ tranh này mới.

**h** Anh Hùng định mua _____ xe đạp mới.

**i** _____ chó của chị Lan màu nâu.

**j** _____ nhà của bác sĩ Dũng ở trung tâm thành phố.

**k** Mẹ tôi mua một _____ giày màu đỏ.

**l** Em muốn mua mấy _____ đũa?

**m** Bà cho tôi bán hai _____ đu đủ.

**3 How would you ask, 'What is the price of a pair of chopsticks?'**

**a** Một chiếc đũa giá bao nhiêu?

**b** Một đôi đũa giá bao nhiêu?

**c** Bao nhiêu tiền một chiếc đũa?

**4 A customer asks a sales assistant, 'Chị cho tôi xem cái áo màu đỏ kia?' What is he asking?**

**a** the price of a red dress

**b** if he could have a look at the red dress on display

**c** if they have the dress on display in red

**5 Which of the following questions would you use if you wanted to check if you can try on a pair of shoes?**

**a** Đôi giày này có đắt không?

**b** Đôi giày này giá bao nhiêu?

**c** Tôi đi thử giày này có được không?

**6 How would you ask the sales assistant if you can try on a shirt?**

**a** Chiếc áo sơ mi này giá bao nhiêu?

**b** Chiếc áo sơ mi có tốt không?

**c** Tôi mặc thử chiếc áo sơ mi này có được không?

**7 Your Vietnamese friend loves shopping at the market and explains it's because, 'Hoa quả ở chợ rất tươi và rẻ.' What is the reason?**

**a** Everything is cheap.

**b** The fruit and vegetables are fresh and cheap.

**c** The flowers are cheaper at the market than anywhere else.

# Listening and reading

**1** 07.04 **Listen to the following conversation. Is Helen buying just vegetables or anything else?**

| | |
|---|---|
| **Người bán** | Chị muốn mua rau gì? |
| **Helen** | Cho tôi ba mớ rau muống. |
| **Người bán** | Gì nữa không? |
| **Helen** | Quả này tiếng Việt gọi là gì? |
| **Người bán** | Quả đu đủ. |
| **Helen** | Xin cho tôi hai quả. Bao nhiêu tiền tất cả? |
| **Người bán** | Bốn mươi nghìn. |

**2** 07.05 **In the following conversation what is Mary buying?**

| | |
|---|---|
| **Mary** | Tôi muốn mua mấy cái khăn trải bàn. |
| | Xin mời chị, đây là khăn trải bàn thêu tay còn đây là khăn trải bàn lụa. |
| **Mary** | Đẹp quá, tôi sẽ mua loại thêu tay. Giá bao nhiêu? |

**3** 07.06 **What does Peter want to buy? Do they have his preferred colour?**

| | |
|---|---|
| **Người bán** | Chào anh, anh mua gì? |
| **Peter** | Tôi muốn mua áo len. |
| **Người bán** | Anh thích màu gì? |
| **Peter** | Có màu nâu không? |
| **Người bán** | Xin lỗi, màu này vừa bán hết. |
| **Peter** | Thế còn màu đen không? |
| **Người bán** | Màu đen ở đây. |

**4 Read the following text and answer the questions.**

Người Việt Nam thích mua bán ở chợ. Mua bán ở chợ rất thuận tiện. Hàng buổi sáng mẹ tôi ra chợ Đồng Xuân. Chợ Đồng Xuân là chợ lớn nhất ở Hà Nội. Mẹ tôi thường mua hoa quả, rau và thịt. Ở chợ Đồng Xuân rau quả rẻ và tươi.

Bạn tôi Lan không thích mua bán ở chợ. Chị ấy thích mua bán ở siêu thị hơn. Trong siêu thị mọi mặt hàng đều được ghi giá sẵn và không cần mặc cả.

    **a**  Is shopping at the market popular in Vietnam?
    **b**  What is the name of the largest market in Hanoi?
    **c**  Are fruit and vegetables expensive at the market?
    **d**  Why does Lan prefer shopping at the supermarket?

# Go further

**TO WEAR**

Vietnamese uses several words to express the meaning of *to wear* depending on what item of clothing you are wearing.

| | |
|---|---|
| **mặc áo** | *wear (clothes)* |
| **đeo (kính, đồng hồ, vòng, hoa tai)** | *to wear (glasses, wristwatch, necklace, earrings)* |
| **đi (giày, dép)** | *to wear (shoes, sandals)* |
| **đội (mũ, nón)** | *to wear (hat)* |

**Identify which verbs for *to wear* are used in the following sentences. Translate the sentences into English.**

    **a**  Anh Nam đi giày da.
    **b**  Hôm nay chị Liên mặc một cái áo màu vàng.
    **c**  Ông Hùng đeo kính.
    **d**  Hôm nay chị Lan mặc áo đẹp.
    **e**  Em Liên không thích đội mũ.
    **f**  Hôm qua trời mưa. Tôi phải mặc áo mưa.
    **g**  Bố tôi phải đeo kính.
    **h**  Chị Hoa thích mặc áo dài.

## ? Test yourself

**1 Translate the following into Vietnamese.**

**a** Yesterday Helen bought ten pairs of chopsticks.

**b** My mum went to the market and bought two kilogrammes of oranges and one kilogramme of lemons.

**c** Please may I have a cup of black iced coffee?

**d** I need to buy a new shirt.

**e** I prefer shopping at the supermarket but my friend prefers shopping at the market.

**f** Last week Roger bought a new Vietnamese–English dictionary. It cost 350 000 dongs.

**g** How much does it cost to rent a motorbike in Hanoi?

**h** I want to buy a red dress.

**i** This dress does not fit me.

**2 Ask the price of the following items.**

**a** a bottle of beer

**b** a bowl of Vietnamese noodle soup

**c** a glass of orange juice

**d** a pair of shoes

**e** a kilogramme of grapes

**f** a bunch of bananas

**g** a silk tablecloth

## SELF CHECK

| | I CAN... |
|---|---|
| ○ | ...talk to shopkeepers and buy various items. |
| ○ | ...ask for different sizes and colours. |
| ○ | ...say what people are wearing. |
| ○ | ...use Vietnamese classifiers, plural markers and demonstratives. |

**R2** *Review 2*

**1** **Translate the following sentences into English.**

**a** Trung tâm thành phố Luân Đôn bẩn và đông người.
**b** Cà phê Việt Nam rẻ và ngon lắm.
**c** Nhà ga có gần không?
**d** Đây là cái xe đạp cũ.
**e** Phim này có vui không?
**f** Em Lan có đẹp không?
**g** Mẹ tôi không trẻ.
**h** Thuê nhà có đắt không?
**i** Đà Lạt có lạnh không?
**j** Ở Hải Phòng trời có xấu không?
**k** Cái bát này có bẩn không?
**l** Người nào trẻ nhất trong lớp này?
**m** Sông nào dài nhất ở Việt Nam?
**n** Anh tôi cao bằng chị tôi.
**o** Bạn tôi già hơn tôi.
**p** Đồng hồ của tôi mới hơn đồng hồ của Nam.
**q** Thành phố nào đẹp nhất ở Việt Nam?
**r** Hôm nay trời ấm hơn hôm qua.

**2** **True or false?**

**a** Hà Nội lớn hơn Huế.
**b** Đi máy bay nhanh hơn đi tàu hỏa.
**c** Thành phố Hồ Chí Minh lớn nhất ở Việt Nam.
**d** Sông Nile dài hơn sông Amazon.
**e** Sông Cửu Long dài nhất ở Đông Nam Á.
**f** Đường phố Sài Gòn rộng hơn đường phố Hà Nội.

**3  Ask your Vietnamese colleague Phong . . .**

   **a** . . . when will he go to Paris?

   **b** . . . when did he visit Thailand?

   **c** . . . why he did not phone you yesterday?

   **d** . . . when will he go to hospital to visit a friend?

   **e** . . . how far is it from Hanoi to Huế?

   **f** . . . how long does it take him to get from his home to his office by motorbike taxi?

**4  How would you say the following in Vietnamese?**

   **a** Next week I will travel to Hội An to visit my grandparents.

   **b** Last year my brother started learning French.

   **c** On Saturday I went to see a new Vietnamese film.

   **d** In the morning I got up late.

   **e** In the evening I like to read a book.

   **f** Is London big?

   **g** Is the Hilton hotel expensive?

   **h** This hospital is very good.

   **i** My mum is older than my dad.

   **j** Hanoi is small but very beautiful and quiet.

   **k** China is bigger than Vietnam.

   **l** Vietnamese language is very difficult.

   **m** Cars are faster than motorbikes.

   **n** Reading books is more interesting than watching TV.

**5 What would you say to a passer-by to find out how far the nearest bank is?**

**a** Anh làm ơn chỉ giúp tôi đường đi đến ngân hàng gần nhất.

**b** Từ đây đến ngân hàng gần nhất bao xa?

**c** Từ đây đến ngân hàng gần nhất mất bao lâu?

**6 Your friend says, 'Anh đi nước Lào bằng máy bay của hãng nào?' What is he asking?**

**a** How you travelled to Laos?

**b** If you went to Laos by plane?

**c** With which airlines did you fly to Laos?

**7 How would you ask a taxi driver how long it will take to get to the railway station?**

**a** Từ đây đến nhà ga có xa không?

**b** Anh làm ơn cho tôi hỏi nhà ga ở đâu?

**c** Đi nhà ga mất bao lâu?

**8 You tell your friend that you are thinking of buying a new motorbike, possibly a Japanese one. He reacts by saying, 'Xe máy Nhật tốt nhất nhưng cũng đắt nhất.' What is his opinion of Japanese motorbikes?**

**a** He likes Japanese motorbikes but they tend to be very expensive.

**b** He thinks that Japanese motorbikes are the best but also the most expensive.

**c** He thinks that despite being quite expensive Japanese motorbikes are not very good.

**9 Complete the following sentences by adding the appropriate antonym. Then translate them into English.**

**a** Ông Phê không già nhưng cũng không _____.

**b** Nhà của chị Ngọc không to nhưng cũng không _____.

**c** Huế không lớn nhưng cũng không _____.

**d** Em gái tôi không chăm nhưng cũng không _____.

**e** Xe máy này không đắt nhưng cũng không _____.

**f** Bệnh viện Bạch Mai không cũ nhưng cũng không _____.

**10 Say that you prefer the following:**

**a** to travel by plane rather than by train

**b** to get up early on Sundays

**c** to go to the cinema with friends rather than watch television at home

**d** tea rather than coffee

**11 Give the following sentences in English.**

 **a** Xin mời chị vào và uống cà phê.
 **b** Em dậy đi.
 **c** Anh hãy về nhà sớm.
 **d** Chị đừng đi Huế bằng xe máy. Đi bằng xe lửa đi.
 **e** Chúng ta đi chơi đi.
 **f** Anh Minh, đừng đến muộn.
 **g** Anh đừng lo!
 **h** Chị Hương làm ơn giúp tôi.
 **i** Anh Tuấn, đừng hút thuốc lá ở đây.

**12 Read the query from an online forum and find answers to the questions.**

> Từ Hà Nội lên Sapa đi bằng phương tiện gì?
>
> – Xin chào. Tôi là Liên, tôi định đi lên Sapa chơi nhưng tôi chưa rõ lên Sapa thì có những phương tiện nào đi và cách đi như thế nào? Giá vé khoảng bao nhiêu? Xin cảm ơn!
> – Xin chào bạn Liên. Từ Hà Nội đến Sapa khoảng 380km. Lên Sapa có 2 phương tiện là đi tàu và đi ô tô. Nếu đi tàu thì bạn sẽ đi từ ga Hà Nội đến ga Lào Cai. Từ ga Lào Cai đến Sapa bạn nên đi xe buýt và giá vé là 50 000 VNĐ/một người, bạn sẽ phải đi mất khoảng 40km.
>
> Giá vé tàu thì khoảng 650k/người  khoảng 500 000 VNĐk/người. Và thời gian tàu chạy từ ga Hà Nội lên ga Lào Cai sẽ mất khoảng hơn 10 giờ.

 **a** Where does Liên want to go?
 **b** Is it possible to go by train?
 **c** How much is the train ticket?
 **d** Where does the train from Hanoi terminate?
 **e** How long is the journey between Hanoi and Sa Pa?

# 8 Cuối tuần bạn thích làm gì?

## What do you like doing at the weekend?

**In this unit you will learn how to:**
- ▶ *order a meal in a restaurant.*
- ▶ *discuss spare time activities.*
- ▶ *ask why? and provide reasons.*
- ▶ *ask if people have done something yet.*

**CEFR:** *(A2) Can find specific, predictable information in simple everyday material such as menus; Can communicate in simple and routine tasks requiring a simple and direct exchange of information on familiar topics and activities.*

## ▣ Food

Rice is the staple food of the Vietnamese people and the Vietnamese language is rich in expressions describing the various stages in growing, harvesting and preparing rice. **Mạ** refers to *a rice seedling*; **lúa** indicates *the rice plant growing in the field*; **thóc** is *harvested unhusked rice*; **gạo** means *husked rice* and **cơm** refers to *cooked rice*. The two main types of rice are **lúa tẻ** (*ordinary, non-sticky rice*) and **lúa nếp** (*glutinous, sticky rice*).

Being a country strongly influenced by Buddhism, Vietnam has a long tradition of *vegetarianism* (**ăn chay**). The vegetarian cuisine of Huế, the traditional centre of Buddhism in Vietnam, is particularly renowned.

A Vietnamese meal is not complete without **nước mắm** *fish sauce*; combined with garlic, chillies, sugar and lime juice it forms **nước chấm**, a versatile dipping sauce that can accompany almost any Vietnamese dish.

Coffee was popularized in Vietnam by the French, who established coffee plantations. Vietnam is now the world's second largest exporter of coffee. When ordering coffee in Vietnam you have many options: **cà phê đen nóng** (**cà phê bột**, *black coffee* usually prepared using a drip filter called **phin**), **cà phê đen đá** (*black iced coffee*), **cà phê sữa** (**cà phê nâu**, *white coffee with condensed milk*), **cà phê trứng** (*coffee made with eggs*). You can also try **cà phê cứt chồn** (*weasel coffee*).

Why is the vegeterian cuisine of **Huế** particularly renowned?

What is **cơm bụi**?

# Vocabulary builder

08.01 **Read the following the words and phrases. Then listen to the audio and try to imitate the pronunciation.**

| | |
|---|---|
| đói | *to be hungry* |
| khát | *to be thirsty* |
| Anh thích ăn gì? | *What do you want to eat?* |
| Bà uống gì? | *What do you want to drink?* |
| Xin lỗi, anh dùng gì ạ? | *Excuse me, what do you want (to eat)?* |
| Chị dùng đá không? | *Do you want ice?* |
| người phục vụ | *waiter* |
| môn (thể thảo) | *classifier, a type of sport* |
| bóng đá | *football* |
| bóng bàn | *table tennis* |
| viện bảo tàng lịch sử | *history museum* |
| công viên | *park* |

# Conversation and comprehension 1

**1** 08.02 **Peter and Hoa stop for a drink in a roadside café. Listen to them ordering their drinks.**

| | |
|---|---|
| **Peter** | Tôi khát quá, xin cho tôi một chai bia lạnh. |
| **Người phục vụ** | Còn chị, chị uống gì? |
| **Hoa** | Xin một cốc nước chanh. |
| **Người phục vụ** | Chị dùng đá không? |
| **Hoa** | Ít thôi, cám ơn. |

    **a** What is the Vietnamese for *being thirsty*?
    **b** What is Hoa drinking?
    **c** Does she want ice?
    **d** Is anybody ordering a beer?

**2** 08.03 **Peter and Nam discuss sport.**

**Nam** Anh Peter có thích chơi thể thao không?
**Peter** Rất thích.
**Nam** Anh thích môn thể thao nào?
**Peter** Tôi thích bóng đá và bóng bàn. Thỉnh thoảng tôi cũng chơi tennis.
**Nam** Sáng mai chúng ta đi chơi tennis đi.

**a** What sport does Peter enjoy playing?
**b** Can you identify the verb *to play*?
**c** What other sports are mentioned in the dialogue?
**d** **Bóng đá** and **bóng bàn** are Vietnamese words for two different types of sport. Can you guess the meaning of **đá** which appears in both words?

**3** Hoa emails Barbara to ask if she wants to go out. Where are they planning to go?

**From:**
**Date:**
**To:**
**Subject**: This is the email realia

Hoa: Barbara có rỗi không? Hôm nay trời đẹp lắm. Chúng ta đi chơi đi.
Barbara: Ồ tuyệt quá, cám ơn chị. Chị muốn đi đâu?
Hoa: Chúng ta có thể đi dạo ở công viên hay đến thăm viện bảo tàng lịch sử.
Barbara: Tôi chưa bao giờ thăm viện bảo tàng lịch sử. Chúng ta đi thăm đi.

# New expressions

| | |
|---|---|
| hiệu ăn | *restaurant* |
| món ăn | *dish, course* |
| đặc sản | *specialty, special produce, special dishes* |
| ngon | *tasty* |
| ngon tuyệt | *delicious* |
| thực đơn | *menu* |
| gọi món ăn | *ordering food* |
| Các anh gọi món gì ạ? | *What are you going to order?* |
| Cho tôi xem thực đơn được không? | *Can I see the menu?* |

## TASTE

| | |
|---|---|
| cay | *to be spicy* |
| chua | *to be sour* |
| đắng | *to be bitter* |
| mặn | *to be salty* |
| ngọt | *to be sweet* |
| nhạt | *to be bland, tasteless* |
| chín | *to be cooked, ripe* |
| cơm bụi/cơm bình dân | *street food (lit. 'dusty' food, 'popular' food)* |

## SOME TYPICAL VIETNAMESE DISHES

| | |
|---|---|
| bánh cuốn | *stuffed pancake* |
| bánh xèo | *a crispy pancake with pork, shrimp, bean sprouts and fresh herbs* |
| chả cá | *grilled fish* |
| canh chua | *sweet and sour broth* |
| phở bò | *rice noodle soup with beef* |
| phở gà | *rice noodle soup with chicken* |
| nem rán | *spring rolls (in the south known as* **chả giò***)* |
| rau muống | *morning glory, usually stir-fried with garlic* |
| gỏi cuốn | *cold unfried spring rolls* |
| cơm chiên | *fried rice* |
| nước mắm | *fish sauce* |

## ENTERTAINMENT

| | |
|---|---|
| rạp chiếu bóng | *cinema* |
| biểu diễn | *performance* |

## Conversation and comprehension 2

**1** 08.04 **Peter and Nam have decided to have dinner in a restaurant.**

| | |
|---|---|
| **Người phục vụ** | Xin chào, mời các anh vào. Đây là thực đơn. Các anh ăn gì? |
| **Nam** | Hôm nay hiệu ăn có món gì đặc biệt không? |
| **Người phục vụ** | Hôm nay món gỏi cuốn rất ngon. |
| **Nam** | Anh Peter, anh ăn bánh cuốn bao giờ chưa? |
| **Peter** | Chưa. Tôi thích ăn phở bò nhưng tôi chưa ăn bánh cuốn. |
| **Nam** | Thế thì một bát phở bò và bánh cuốn cho Peter. Tôi thích ăn món nem rán và gỏi cuốn. |

**a** Does anybody order a chicken noodle soup?

**b** Who loves spring rolls?

**2** 08.05 **Dũng and David are planning a trip to the cinema. Decide whether the statements are correct or incorrect.**

| | |
|---|---|
| **Dũng** | Anh làm việc nhiều quá, anh nên nghỉ. Chúng ta đi xem phim đi. |
| **David** | Ý kiến hay đấy, anh định xem phim gì? |
| **Dũng** | Anh thích phim gì? |
| **David** | Tôi muốn xem phim Việt Nam. |
| **Dũng** | Anh đã xem phim Mùa Ổi chưa? |
| **David** | Chưa. Xem ở đâu? |
| **Dũng** | Rạp Bông Sen. |
| **David** | Rạp Bông Sen xa trung tâm. |
| **Dũng** | Thế thì chúng ta đi rạp Kim Đồng, đó là rạp mới, rộng và có chỗ để xe thuận tiện. |
| **David** | Thế mấy giờ bắt đầu biểu diễn? |
| **Dũng** | Bảy giờ. |

**a** David đã xem phim Mùa ổi rồi.

**b** David và Dũng định đi rạp Bông Sen.

**c** Rạp Bông Sen ở trung tâm thành phố.

**d** Biểu diễn bắt đầu lúc chín giờ.

**e** David không muốn xem phim Việt Nam.

# Learn more 1

## MODAL VERBS

Here is a list of the main modal verbs. They are placed before the main verb.

▶ **muốn** *want*

| | |
|---|---|
| **Tôi muốn thăm Việt Nam.** | *I want to visit Vietnam.* |
| **Chị Hoa muốn học tiếng Anh.** | *Hoa wants to learn English.* |

▶ **nên** *ought to, should*

| | |
|---|---|
| **Anh nên đi ngủ sớm.** | *You should go to sleep early.* |
| **Chị nên ăn nhiều rau.** | *You should eat a lot of vegetables.* |

▶ **phải** *must*

| | |
|---|---|
| **Tôi phải đi nhà ga gặp bạn.** | *I must go to the railway station to meet a friend.* |

▶ **Cần** *need*

| | |
|---|---|
| **Tôi cần mua rau quả tươi.** | *I need to buy some fresh fruit and vegetables.* |

▶ **Có thể + verb/ verb + được** *can, be able to*

| | |
|---|---|
| **Anh ấy có thể nói tiếng Pháp** | *He can speak French.* |
| **Anh ấy nói được tiếng Pháp.** | *He can speak French.* |
| **Anh ấy có thể nói được tiếng Pháp.** | *He can speak French.* |

## TẠI SAO? *WHY?*

*To ask why?* in Vietnamese you can use one of the following expressions:
**Vì sao? Tại sao? Sao?**

**Vì** (*because*) . . . **nên** (*therefore*)

| | |
|---|---|
| **Tại sao chị buồn?** | *Why are you sad?* |
| **Tại sao anh không đến thăm tôi?** | *Why did you not come to see me?* |

**Match the questions on the left with their answers on the right.**

| | | | |
|---|---|---|---|
| **a** | Vì sao chị muốn đi chợ? | **1** | Vì rất mệt. |
| **b** | Tại sao em Lan khóc? | **2** | Vì tôi phải đi Huế công tác. |
| **c** | Vì sao chị đi ngủ sớm? | **3** | Vì mẹ của em ốm. |
| **d** | Vì sao anh đi nhà ga? | **4** | Vì xe máy của tôi hỏng. |
| **e** | Tại sao anh đến muộn? | **5** | Vì tôi muốn mua hoa quả tươi. |

# ⓘ Practice

**1 Read the following sentences. Translate them into English.**

   **a** Ngày mai tôi phải dậy sớm.

   **b** Anh nên ở nhà nghỉ.

   **c** Hôm nay tôi rỗi, tôi có thể đến thăm chị.

   **d** Bố tôi muốn mua một cái ô tô mới.

   **e** Em nên ăn nhiều hoa quả.

   **f** Anh phải đến cơ quan đúng giờ.

**2 Fill in the gaps with appropriate modal verbs.**

   **a** Ngày mai tôi _____ đi sân bay gặp bạn tôi.

   **b** Tôi mệt quá, tôi _____ nghỉ.

   **c** Trời mưa, anh _____ mặc áo mưa.

   **d** Tôi _____ tham quan Huế.

   **e** Peter _____ mua quyển từ điển này.

**3 Answer the following questions using the expressions suggested in the brackets.**

   **a** Chị thấy món nem rán này thế nào? (ngon tuyệt)

   **b** Cà phê này thế nào? (ngọt lắm)

   **c** Các anh thấy phở bò này thế nào? (hơi mặn)

   **d** Quả đu đủ này thế nào? (không tươi)

   **e** Món bánh cuốn này thế nào? (cay)

**4 Translate the following questions into English.**

   **a** Chào các anh, các anh dùng gì ạ?

   **b** Cho xin một tách cà phê đen và một tách cà phê đá.

   **c** Các anh chị gọi món gì ạ?

   **d** Cho chúng tôi hai bát phở bò và hai đĩa nem rán.

   **e** Anh uống gì? Nước chanh hay nước khoáng?

   **f** Anh ăn cơm hay ăn phở?

   **g** Ông ăn phở bò hay phở gà?

   **h** Các chị uống gì? Cà phê hay trà?

   **i** Anh uống bia hay nước quả?

   **j** Ông uống cà phê đen hay cà phê sữa?

   **k** Các anh uống trà với đường hay không đường?

   **l** Bà uống nước cam hay nước chanh?

# Learn more 2

## ĐÃ . . . CHỦA? *HAVE YOU DONE SOMETHING YET?*

In previous units you have learnt how to ask questions in Vietnamese. In this unit you will learn another type of question which contains the construction (**đã**) . . . **chưa?** This type of question means *Have you done something yet?* For example:

**Anh đã lập gia đình chưa?**
*Are you married yet? (Have you formed a family yet?)*

**Chị đã ăn phở Việt Nam bao giờ chưa?**
*Have you ever eaten Vietnamese noodle soup?*

The correct way to answer this type of question is as follows:

▶ Negative answer: **Chưa** *(not yet)*, **tôi chưa ăn phở Việt Nam.**
▶ Positive answer: **Rồi** *(already)*, **tôi đã ăn phở Việt Nam rồi.**

**1 Can you understand the following questions?**

    **a** Chị đã ăn cơm Việt Nam bao giờ chưa?
    **b** Anh đã thăm nước Anh chưa?
    **c** Ông đã gặp bà Liên bao giờ chưa?
    **d** Các anh đã xem phim Việt Nam chưa?
    **e** Anh đã lấy vợ chưa?
    **f** Chị đã đi Đà Nẵng bao giờ chưa?
    **g** Chị đã mặc áo dài bao giờ chưa?
    **h** Chị đã uống nước mía chưa?
    **i** Anh đọc báo hôm nay chưa?
    **j** Hôm nay bà ăn sáng chưa?

**2  Read the following text and try to understand what each person enjoys doing during the weekend. Then answer the questions.**

Cuối tuần bạn thích làm gì?

| | |
|---|---|
| **Nam** | Tôi thích dành ngày cuối tuần để đi mua bán, ăn trưa với bạn, đi xem phim hoặc nghe nhạc. |
| **Lan** | Đọc một cuốn sách hoặc xem phim cùng người thân. |
| **Anh Dũng** | Hát karaoke. Tôi thích hát những bài hát yêu thích của tôi cùng với những người bạn tốt, gọi thức ăn, nước giải khát và vui chơi. |
| **Bà Mai** | Nấu những món ăn đơn giản nhưng ngon. Tôi cũng thử làm một món ăn mới và mời bạn bè đến thưởng thức. |
| **Ông Trí** | Dành thời gian cho gia đình và bạn bè. |
| **Anh Hùng** | Tập thể dục, chơi thể thao. |
| **Chị Phượng** | Cuối tuần, vợ chồng chị phải dành ngày thứ bảy để về thăm hai bên nội ngoại. |
| **Chị Helen** | Đi thăm quan tại Hà Nội |
| **Chị Bình** | Đi xem hát |
| **Em Phượng** | Tôi còn độc thân. Với những người còn độc thân thì cuối tuần thường là những ngày buồn chán. Tôi thường ở nhà xem ti vi hay ngủ mãi. |

   **a**  Who likes reading books?

   **b**  Does Mai enjoy cooking?

   **c**  Who enjoys sport?

   **d**  Who usually visits their relatives at the weekend?

   **e**  Does anybody like going to the theatre?

   **f**  Why is Phượng often at home?

## ? Test yourself

**1  Translate the following sentences.**

   **a**  Vì tôi không có tiền nên tôi không đi xem hát.

   **b**  Tôi đi chợ vì tôi muốn ăn thử nhiều loại hoa quả.

   **c**  Tôi đến chậm nên tôi không gặp được cô ấy.

   **d**  Vì xe máy của tôi hỏng nên tôi không đến được.

   **e**  Vì sao anh không ăn sáng?

   **f**  Tại sao anh buồn?

**2** In a restaurant you want to ask if they have any specials. What should you say?

   **a** Cho tôi xem thực đơn được không?
   **b** Xin lỗi, anh dùng gì ạ?
   **c** Hôm nay hiệu ăn có món gì đặc biệt không?

**3** Your friend remarks, 'Món nem rán này ngon tuyệt nhưng hơi lạnh'. What is he saying?

   **a** He should have ordered spring rolls.
   **b** He does not like spring rolls.
   **c** The spring rolls are delicious but slightly cold.

**4** Your colleague says, 'Tôi chưa bao giờ ăn phở gà'. What is he saying?

   **a** He always orders chicken noodle soup.
   **b** He has never eaten chicken noodle soup.
   **c** He plans to learn how to cook chicken noodle soup.

**5** What do you say if you want to ask your Vietnamese friend why he has not phoned you?

   **a** Vì sao anh không đến thăm tôi?
   **b** Vì sao anh không giúp tôi?
   **c** Vì sao anh không gọi điện cho tôi?

**6** Translate the following sentences.

   **a** Chị đã uống trà Việt Nam chưa?
   **b** Vì sao anh không xin lỗi chị ấy.
   **c** Tối nay tôi muốn xem bóng đá trên ti vi.
   **d** Anh đã thăm viện bảo tàng lịch sử ở Hà Nội chưa?
   **e** Chị đã chơi bóng bàn bao giờ chưa?
   **f** Vì trời mưa nên anh Hải ở nhà.
   **g** Anh đã lập gia đình chưa?
   **h** Tại sao em buồn?
   **i** Bạn xem phim Việt Nam bao giờ chưa?

## SELF CHECK

| | I CAN... |
|---|---|
| ◯ | ...order a meal in a restaurant. |
| ◯ | ...discuss spare time activities. |
| ◯ | ...ask *why?* |
| ◯ | ...ask if poeple have done something yet. |

# 9 Thuê nhà

*Renting a house*

**In this unit you will learn how to:**
▶ *book a room in a hotel.*
▶ *rent a house.*
▶ *describe rooms in a house.*
▶ *use Vietnamese prepositions.*
▶ *join sentences with conjunctions.*

**CEFR:** *(A2) Can ask for and provide everyday goods and services; can get simple information about travel.*

## Vietnamese spirituality

The Vietnamese system of beliefs and religions is rich and colourful. It is a diverse mixture of animistic and totemistic beliefs, ancestor worship, cult of local heros, veneration of village spirits and 'organized' religions such as Buddhism, Confucianism and Taoism (referred to as **Tam giáo**, *the Three Eastern religions*), Catholicism, Protestantism, Islam and Hinduism (mainly followed by ethnic minorities in central Vietnam). There are also uniquely Vietnamese religions such as the **Cao Đài** sect and the **Hòa Hảo** sect.

The cult of the ancestors exerts a deep influence on the everyday life of the Vietnamese people. They believe that the human soul survives after death and turns into a guardian spirit of the family clan and affects the lives of the living. Those who die without descendants, suffered violent death or were not given proper burial rites can turn into wandering souls, trapped by the lack of ancestral worship. The spirits must be placated by offerings and paper replicas of material possessions (anything from money, cars, clothes and toys) are burnt to pass on to them. Each household has an altar with the offering for the ancestors. The anniversary of a death is the most important ceremony in each family.

  Wat is **Tam giáo**?

How would you explain the fact that the Vietnamese often follow several systems of belief at the same time?

# Vocabulary builder

**09.01 Read the following the words and phrases. Then listen to the audio and try to imitate the pronunciation.**

| | |
|---|---|
| thuê | *to hire, rent* |
| thuê phòng/nha | *rent a room/house* |
| căn hộ | *flat, apartment* |
| trống | *empty, vacant* |
| phòng đơn | *single room* |
| phòng đôi | *double room* |
| kể cả | *including* |
| mạng | *internet* |
| không dây | *wireless internet* |
| miễn phí | *free of charge* |

# Conversation and comprehension 1

**1 09.02 John is trying to get a room in a hotel. Listen to the conversation.**

| | |
|---|---|
| **John** | Chào chị, tôi muốn thuê một phòng, còn phòng nào trống không? |
| **Tiếp viên** | Có, anh muốn thuê một phòng đơn hay phòng đôi? |
| **John** | Tôi muốn thuê một phòng đơn. |
| **Tiếp viên** | Anh định ở đây bao lâu? |
| **John** | Tôi ở đây hai tuần, cho đến khi tìm được một căn hộ. Bao nhiêu tiền một ngày? |
| **Tiếp viên** | Bốn mươi đô la, kể cả ăn sáng. |

  **a** Try to identify the Vietnamese words for *a single* and *a double room.*
  **b** What is the word for *vacant?*
  **c** Does the daily rate he is quoted include breakfast?

**2 09.03 There is one more thing John needs to check. What is the Vietnamese for *free of charge?***

| | |
|---|---|
| **John** | Xin lỗi chị, phòng này có mạng internet không? |
| **Tiếp viên** | Có mạng không dây miễn phí. |
| **John** | Cám ơn. |

# New expressions

| | |
|---|---|
| cho thuê | *for rent* |
| thuê theo tháng | *rent by month* |
| thuê dài hạn | *long-term rental* |
| quảng cáo | *advertisement* |
| tiền thuê | *rent money* |
| tiền đặt cọc | *deposit money* |
| địa điểm | *location* |
| an ninh | *safe* |
| gác | *floor* |
| tầng | *floor* |
| phòng ngủ | *bedroom* |
| phòng khách | *guest room* |
| phòng làm việc | *study room* |
| phòng bếp | *kitchen* |
| phòng tắm | *bathroom* |
| phòng vệ sinh | *toilet* |
| chỗ | *place* |
| chỗ để xe | *parking space* |
| chuyển nhà | *move house* |
| tủ | *cupboard* |
| tủ áo | *wardrobe* |
| tủ sách | *bookcase* |
| tủ lạnh | *fridge* |
| giá sách | *bookshelf* |
| giường | *bed* |
| trường | *wall* |
| cửa sổ | *window* |
| cửa ra vào | *door* |

# Conversation and comprehension 2

1 09.04 **Listen to these people talking to each other. John's company is sending him to Hanoi for a few months to finish a project. He needs to rent a house or a flat and his Vietnamese friend Hoa is helping him choose suitable accommodation.**

| John | Tôi cần thuê một ngôi nhà hoặc căn hộ. |
| Hoa | Anh muốn thuê theo tháng hay thuê dài hạn. |
| John | Theo tháng. |
| Hoa | Anh cần bao nhiêu phòng? |
| John | Tôi cần một căn hộ hoặc ngôi nhà cho ba người. |

2 09.05 **Having looked online Hoa has found what she thinks is perfect accommodation for John and shows him the advertisement.**

| Hoa | Theo quảng cáo ngôi nhà này không rộng nhưng sạch sẽ. Dưới nhà có phòng khách, phòng ăn và bếp. Trên gác có hai phòng ngủ và phòng làm việc. Mỗi tầng có phòng tắm và vệ sinh riêng. Sau nhà có một vườn nhỏ. Trước nhà có chỗ để xe. |
| John | Bao nhiêu tiền một tháng? |
| Hoa | Tiền thuê một tháng là 7 triệu VNĐ và tiền đặt cọc là hai tháng tiền thuê, 14 triệu VNĐ. |
| John | Khá đắt. Chị có ngôi nhà nào rẻ hơn một chút không? |
| Hoa | Địa điểm này rất đẹp và an ninh. Nếu anh muốn tìm được một ngôi nhà rẻ hơn thì anh phải sống xa trung tâm. |
| John | Bao giờ tôi có thể chuyển đến? |
| Hoa | Tùy anh. |

3 **Read the conversation and decide if the following statements are true or false.**

a John muốn thuê ngôi nhà hoặc căn hô cho hai người.
b Tiền thuê nhà rất đắt.
c Tiền cọc là ba tháng tiền thuê.
d Trước nhà có một cái vườn nhỏ.
e Ngôi nhà ấy xa trung tâm.
f Ngôi nhà không có chỗ để xe.
g Địa điểm ấy không an ninh.

**4** Your friend tells you, 'Tôi đã thuê một căn hộ gần cơ quan'. What is he saying?

   **a** He has rented a house near his office.

   **b** He has rented a flat quite far from his office.

   **c** He has rented a flat near his office.

**5** Your friend is describing his new flat and says, 'Phòng ngủ của tôi quay ra vườn nên yên tĩnh'. What is he saying?

   **a** He wishes the flat had a garden.

   **b** His bedroom looks out into the garden.

   **c** The flat is quite noisy.

**6** Read the following FOR RENT advertisement and then answer the questions.

---

**Cho thuê nhà riêng**

Cho thuê căn hộ tại trung tâm Thành phố Hà Nội, tầng 2, gồm: 2 phòng ngủ, 1 phòng khách, 1 phòng làm việc. Hiện tại có 2 người Úc đang ở và sẽ trả nhà tháng 8, nhà có sẵn đầy đủ tiện nghi. Có truyền hình cáp. Có internet tốc độ cao.

Cho thuê tiếp từ tháng 9. Giá: 300 USD/tháng- hợp đồng dài hạn.


Vị trí

- Gần bến xe buýt
- Gần bệnh viện
- Gần bưu điện
- Gần chợ
- Gần khu trung tâm thương mại
- Gần ngân hàng
- Gần rạp chiếu phim
- Gần siêu thị

---

   **a** Is the advert for a flat or a house for rent?

   **b** Is the property in the town centre or in the outskirts?

   **c** Is there satellite TV?

   **d** Does it have an internet connection?

   **e** Is it currently occupied?

   **f** Will it be vacant in August?

   **g** Is it close to shops?

# Learn more

## PREPOSITIONS

Here is a list of the main prepositions. Make sure you learn them properly.

| | |
|---|---|
| **trên** | *on* |
| **trên bàn** | *on the table* |
| **dưới** | *under, below* |
| **dưới bàn** | *underneath the table* |
| **trong** | *in, inside* |
| **trong tủ** | *in the cupboard* |
| **trong nhà** | *in the house* |
| **ngoài** | *out, outside* |
| **ngoài đường** | *outside in the street* |
| **ngoài sân** | *outside in the garden* |
| **trước** | *in front of (with place)* |
| **trước** | *before (with time)* |
| **trước nhà** | *in front of the house* |
| **trước giờ làm việc** | *before working hours* |
| **sau** | *behind (with place)* |
| **sau** | *after (with time)* |
| **sau nhà ga** | *behind the railway station* |
| **sau giờ học** | *after the lesson* |
| **(bên) cạnh** | *next to, by* |
| **bên cạnh cửa sổ** | *next to the window* |
| **đối diện** | *opposite* |
| **đối diện (với) nhà ga** | *opposite the railway station* |
| **giữa** | *in the middle, in between, amongst* |
| **giữa phòng** | *in the middle of the room* |
| **giữa thành phố** | *in the middle of the town* |
| **xung quanh** | *around* |
| **xung quanh hồ** | *around the lake* |

## SAU KHI, TRƯỚC KHI

When **sau** and **trước** are followed by a verb they must be used in combination with **khi**: **sau khi**, **trước khi**. For example:

**Trước khi tôi đến Việt Nam tôi sống ở nước Pháp.**
*Before coming to Vietnam I lived in France.*

**Sau khi ăn trưa tôi thường đọc sách.**
*After eating my lunch I usually read a book.*

**Người Việt Nam thường uống trà sau khi ăn tối.**
*The Vietnamese usually drink tea after their evening meal.*

## LINKING SENTENCES TOGETHER: CONJUNCTIONS

Here are several Vietnamese conjunction constructions that will make it possible for you to turn simple sentences into complex ones:

▶ **nếu . . . (thì)** *(if . . . then)*

**Nếu tôi có tiền (thì) tôi mua nhà mới.**
*If I have money I would buy a new house.*

▶ **khi . . . (thì)** *(when . . . then)*

**Khi trời đẹp (thì) tôi thích chơi bóng đá.**
*When the weather is nice I like to play football.*

**Khi rỗi (thì) anh tôi thường đọc sách.**
*When he is not busy my brother usually reads a book.*

▶ **mặc dù (dù) . . . (nhưng)** *(although, in spite of . . . but)*

**Mặc dù ông bà nội của tôi già nhưng họ vẫn khoẻ.**
*Although my grandparents are old they are still healthy.*

▶ **tuy . . . (nhưng)** *(although . . . but)*

**Tuy anh Nam rất bận nhưng anh ấy vẫn đến thăm tôi.**
*Even though he is very busy Nam still came to visit me.*

# Practice

**1 Join each sentence on the left with its matching part on the right.**

a Mặc dù biết chắc chắn chị ấy sẽ không đến

1 nhưng anh ấy chưa lập gia đình.

b Khi tôi về nhà

2 thì chúng ta đi xem phim đi.

c Dù bận quá

3 thì tôi thích xem ti vi.

d Nếu anh không muốn ăn cơm Việt Nam

4 nhưng mẹ tôi vẫn giúp tôi.

e Dù đã nhiều tuổi

5 nhưng anh ấy vẫn cứ chờ.

f Nếu chị rỗi

6 thì ăn cơm Tây.

**2 Look at the picture and answer the questions.**

a Trên bàn có gì?

b Trong tủ có gì?

c Dưới ghế có gì?

d Trên tường có gì?

e Bên cạnh cửa sổ có gì?

f Trong phòng có mấy cái ghế?

**3 Translate the following sentences into English.**

a Trong phòng ngủ của tôi có một cái giường.

b Trước nhà có một cây rất cao.

c Con chó của tôi nằm dưới bàn.

d Sinh viên học trong lớp học.

e Bưu điện nằm cạnh ngân hàng và đối diện với hiệu ảnh.

f Ngoài phố có nhiều xe ô tô.

g Giữa thành phố có nhiều ngân hàng.

h Thư viện bên cạnh nhà ga.

i Chị ấy ngồi sau tôi.

j Giữa phòng là một bộ bàn ghế.

k Ngôi nhà của cô Mai giữa bệnh viện và thư viện, đối diện với khách sạn.

l Ngoài sân có con gà.

m Bức tranh treo trên tường.

**4 Decide whether you need to use sau khi and trước khi or sau and trước in the following sentences.**

a Trước/trước khi đi ngủ anh Nam thích uống nước lạnh.

b Sau/sau khi nhà tôi có một vườn nhỏ.

c Trước/trước khi đi Việt Nam anh phải gọi điện thoại mẹ.

d Sau/sau khi lấy chồng chị Mai đi du lịch nước Anh.

e Trước/trước khi giờ làm việc tôi thích đi chơi.

f Sau khi tôi về nhà tôi thường giúp mẹ nấu cơm.

**5 How would you say the following in English?**

a Nếu không biết tiếng Anh thì cô ấy không thể xin được việc ở công ty đó.

b Mặc dù phải làm việc rất bận nhưng tôi vẫn rất yêu thích công việc ở đây.

c Nếu anh gặp cô ấy, anh sẽ rất thích cô ấy.

d Khi về nhà tôi thích xem ti vi.

e Dù trời mưa nhưng chúng tôi vẫn chơi bóng đá.

f Nếu anh ốm thì anh nên ở nhà.

g Mặc dù rất mệt nhưng tôi vẫn cố gắng đi làm.

**6 Mr Bình is talking about his stay in the Metropole hotel. Read the text and answer the questions.**

Tháng trước tôi và gia đình tôi ở khách sạn Metropole Hà Nội. Khách sạn nằm ở trung tâm thành phố gần những điểm tham quan của Hà Nội. Tôi vui mừng khi lựa chọn khách sạn này cho chuyến đi của gia đình tôi đến Hà Nội. Nói chung phù hợp với những gì chúng tôi mong đợi cho kỳ nghỉ, từ dịch vụ, vị trí khách sạn đến các điểm tham quan.

Phòng sạch sẽ, bữa sáng tự chọn ngon, phòng tắm có vòi sen. Ở đây không rẻ nhưng đáng tiền. Chúng tôi sẽ sớm quay lại nơi này.

> **LANGUAGE TIP**
> **điểm tham quan** *sightseeing locations*
> **nói chung** *in general, generally speaking*
> **mong đợi** *wish for, expect*
> **kỳ nghỉ** *holiday*
> **vị trí** *location, position*
> **tự** *refelexive self (to do something yourself)*
> **bữa sáng tự chọn** *breakfast self-service buffet*
> **vòi sen** *shower*

**a** Is the hotel Metropole in the city centre?

**b** Are the rooms clean?

**c** Is the hotel expensive?

**d** Has the hotel met his expectations?

**e** Is he likely to come back?

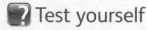
**1** **Which of the following sentences would you use to request a room with its own telephone?**

 **a** Tôi muốn thuê một phòng khác.
 **b** Tôi muốn thuê một phòng rẻ hơn.
 **c** Tôi muốn thuê một phòng có điện thoại riêng.

**2** **Your friend is giving you instructions on how to get to his house. He says, 'Ngôi nhà của tôi bên cạnh bệnh viện và đối diện với khách sạn'. Where is his house?**

 **a** next to a hotel, behind a hospital
 **b** behind a hotel, next to a hospital
 **c** opposite a hotel and next to a hospital

**3** **Your Vietnamese colleague explains, 'Khi tôi mười tám tuổi thì tôi đã định chuyển nhà'. What is he telling you?**

 **a** At the age of 19 he decided to buy a new house.
 **b** When he is 19 he will move to a different house.
 **c** When he was 19 he decided to move house.

**4** **Your friend says, 'Khi đi xe máy tôi luôn luôn đội mũ xe máy'. What is he telling you?**

 **a** He needs to buy a new safety helmet for his motorbike.
 **b** He never wears a helmet when he rides his motorbike.
 **c** He always wears a helmet on his motorbike.

**5** **Translate the following sentences into English:**

 **a** Ngoài sân có hai chiếc xe đạp.
 **b** Họ đang ngồi trong nhà.
 **c** Con chó nằm dưới bàn.
 **d** Ngoài sân có con gà.
 **e** Trên bàn có hai cuốn từ điển.
 **f** Sau thư viện có một hiệu ăn.
 **g** Dưới nhà có gì? Dưới nhà có một phòng tắm.
 **h** Ông Bình sống trên tầng ba.

## SELF CHECK

### I CAN. . .

| | |
|---|---|
| ○ | …book a room in a hotel. |
| ○ | …rent a house. |
| | …name rooms in a house. |
| ○ | …use Vietnamese prepositions. |
| ○ | …join sentences with conjunctions. |

# 10 Chúng ta đi du lịch đi!
## *Let's go travelling!*

**In this unit you will learn how to:**
▶ *make travel arrangements.*
▶ *exchange money.*
▶ *understand basic tourist information from travel guides.*

**CEFR:** *(A2) Can get simple information about travel, use of public transport, give directions and buy tickets.*

## Tourism

Vietnam has become a popular destination for foreign tourists who are attracted by its breathtaking landscape and unexplored natural resources, turbulent history, beautiful beaches, friendly people and delicious cuisine. Vietnam is also well represented on the UNESCO Intangible Cultural Heritage list, which includes:

▶ **Nhã nhạc** (Vietnamese royal court ceremonial music);
▶ The Space of Gong culture (**Không gian văn hóa Cồng Chiêng Tây Nguyên**) from the Central Highlands (**Tây Nguyên**) which uses gongs to facilitate communication between the humans and the spirits;
▶ **Quan họ** singing contests where groups of male and female singers challenge each other through songs;
▶ **Ca trù**, an ancient genre of chamber music with a female singer taking the centre stage;
▶ **Gióng** Festival (**Hội Gióng**), a traditional annual festival to honour **Thánh Gióng** who is credited with defending the country against foreign invaders;
▶ **Xoan** singing of Phú Thọ Province, traditionally performed in sacred places during the spring festivals.

What does the term **du lịch ba lô** indicate?

What is the difference between **xe ôm** and **xích lô**?

# Vocabulary builder

**10.01** **Read the following the words and phrases. Then listen to the audio and try to imitate the pronunciation.**

| | |
|---|---|
| đặt | *to book* |
| đặt trước | *book in advance* |
| đặt phòng | *book a room* |
| đặt vé máy bay | *book a plane ticket* |
| vé | *ticket* |
| giường mềm | *soft-bench sleeper* |
| gường cứng | *hard-bench sleeper* |

# Conversation and comprehension 1

**10.02** **Mary is buying a train ticket. Does she plan to travel in a sitting compartment or in a sleeper carriage?**

| | |
|---|---|
| **Mary** | Chị bán cho tôi hai vé tàu đi Nha Trang. |
| **nhân viên** | Vé ngồi hay vé nằm? |
| **Mary** | Vé nằm. |
| **nhân viên** | Vé giường mềm hay vé giường cứng? |
| **Mary** | Vé gường mềm. |

## New expressions

| | |
|---|---|
| trọn gói | *package deal* |
| du lịch bụi/du lịch ba lô | *backpacking* |
| bao gồm | *include, contain* |
| khởi hành | *depart* |
| đầy đủ tiện nghi | *fully equipped* |
| hành lý | *luggage* |
| hộ chiếu | *passport* |
| thẻ tín dụng | *credit card* |
| tiền mặt | *cash* |
| séc | *cheque* |
| sách hướng dẫn du lịch | *travel guide* |
| cất cánh | *to take off* |
| hạ cánh | *to land* |
| dừng lại | *stop* |

# 📻 Conversation and comprehension 2

**1** 10.02 **John is at the railway station looking for the correct platform.**

| | |
|---|---|
| **John** | Xin lỗi, đây có phải là tàu ra Huế không? |
| **Nhân viên** | Không, tàu này ra Hà Nội. |
| **John** | Tàu ra Huế ở đường số mấy? |
| **Nhân viên** | Đường số bốn. |
| **John** | Bao giờ tàu ra Huế khởi hành? |
| **Nhân viên** | Tám giờ đúng. Còn năm phút nữa. |

  **a** Where is he going?
  **b** What platform does he need?

**2** 10.03 **Peter needs to change some dollars into Vietnamese dongs. Does he need a passport?**

| | |
|---|---|
| **Peter** | Chào anh, tôi cần đổi một ít tiền từ đô la ra đồng Việt Nam. Tỷ giá ngoại tệ hôm nay là bao nhiêu? |
| **Nhân viên** | Chào anh, hôm nay 1 đô la đổi được 21 240 đồng Việt Nam. Anh đổi bao nhiêu? |
| **Peter** | Tôi muốn đổi một trăm đô la. |
| **Nhân viên** | Xin anh cho xem hộ chiếu. |
| **Peter** | Hộ chiếu của tôi đây. |
| **Nhân viên** | Cám ơn anh. Xin anh ký tên ở đây. |

**3** 10.04 **Listen to the conversation between Peter and Nam.**

| | |
|---|---|
| **Peter** | Đi du lịch ba lô và đi trọn gói? Theo anh cách nào hay hơn? |
| **Nam** | Tôi thích đi du lịch bụi nhưng vợ tôi thích đi trọn gói hơn. |
| **Peter** | Tôi thích tự do nên tôi cũng thích đi bụi một mình. Không phải đặt trước chỗ ở, mua vé tàu hoả, chỉ lấy xe máy, ba lô, máy chụp ảnh, bản đồ và đi. Tôi có thể dừng bất cứ đâu và ở lại trong bao lâu tùy thích. |

  **a** How much money is Peter changing?
  **b** Does Peter enjoy backpacking?
  **c** Which means of transport does he use?
  **d** Does he like photography?

# Learn more

## WORDS INDICATING DIRECTION OF MOVEMENT

General verbs denoting movement in Vietnamese (such as **đi** *to go*; **chạy** *to run, to drive*; **đến** *to come*) can be expanded by expressions that indicate a movement in a particular direction. These expressions can be combined with other verbs of motion.

| | |
|---|---|
| **ra** exit | *go out* |
| **ra chợ** | *go (out) to the market* |
| **lên** | *ascend, go up* |
| **lên núi** | *go up a mountain* |
| **lên gác** | *go upstairs* |
| **lên xe buýt** | *get on a bus* |
| **lên máy bay** | *get on a plane* |
| **vào** | *enter, go in* |
| **vào nhà** | *enter the house* |
| **xuống** | *descend, go down* |
| **xuống nhà** | *go downstairs* |
| **xuống xe buýt** | *get off a bus* |
| **xuống máy bay** | *get off a plane* |

## TRAVELLING AROUND VIETNAM

Moving from North Vietnam towards South is often expressed by using **vào** (travelling deeper into the Vietnamese territory). The opposite direction, from South to North, is expressed by using **ra**. For example:

**Tôi sống ở Đà Nẵng nhưng tuần sau tôi phải ra Hà Nội.**
*I live in Đà Nẵng but next week I have to go to Hanoi.* (The use of **ra** indicates that **Đà Nẵng** is located south of Hanoi.)

**Tôi làm việc ở Hà Nội nhưng ngày mai tôi phải vào Thành phố Hồ Chị Minh.**
*I work in Hanoi but tomorrow I have to go to Ho Chi Minh City.* (The use of **vào** indicates that Ho Chi Minh City is south in relation to Hanoi.)

## ĐƯỢC AND BỊ

### Expressing the speaker's attitude

In addition to other grammatical roles, **được** and **bị** can be added to a sentence to express the speaker's attitude to what he/she is saying.

**Bị** means *being affected adversely* and is used when talking about something unpleasant such as illness, accident, disappointment, etc.

**Được** means *being affected favourably* and is used to express a neutral or positive attitude to what is being said. The use of **được** and **bị** is optional but a statement with these words is stronger than one without them.

For example:

| **Tuần trước chúng tôi được nghỉ.** | *Last week we had a holiday.* |
| **Hôm qua tôi bị ốm.** | *Yesterday I was ill.* |
| **Tôi bị mưa.** | *I got caught in the rain.* |

### Passive meaning

**Được** and **bị** can also be used to express passive meaning. The correct way to create a passive sentence is illustrated in the table. Please pay attention to the correct word order.

| Em gái tôi | được | | | khen. | *My younger sister was praised.* |
|---|---|---|---|---|---|
| Anh tôi | bị | | | phê bình. | *My older brother was criticised.* |

| Em gái tôi | được | mẹ tôi | khen. | *My younger sister was praised by mum.* |
|---|---|---|---|---|
| Anh tôi | bị | bố tôi | phê bình. | *My older brother was criticised by father.* |

 Practice

1 **Insert được or bị as appropriate and translate the sentences into English.**

   a Anh Kiến _____ cô giáo phê bình vì đến học muộn.

   b Tôi _____ đói quá.

   c Hôm qua chị Lan đã thức khuya nên hôm nay chị ấy _____ mệt lắm.

   d Em Lan _____ cô giáo khen vì học chăm chỉ.

   e Bố tôi _____ công an phạt vì lái xe nhanh.

   f Bà Mai, nhân viên khách sạn Bông sen, _____ khách du lịch khen.

   g Mẹ tôi _____ ốm.

   h Trên đường đến nhà ga ông Hùng _____ mưa.

## 2 How would you say the following in Vietnamese?

a My friend is thirsty.

b Mr Brown went up to Tám Đảo on business.

c Nam's motorbike is broken.

d There are two rooms upstairs in my house.

e Peter was fined for driving too fast.

f Mrs Baker went to the railway station.

g I live in Hanoi but next week I have to go to Ho Chi Minh City.

h I have a headache.

i The tourists got off the train in Huế.

j Hoa, come downstairs!

k My dog ran outside.

## 3 Look at the flight schedule and answer the questions.

### Lịch bay của Vietnam Airlines

| | Số chuyến bay | Giờ cất cánh | Giờ hạ cánh |
|---|---|---|---|
| Hà Nội – Huế | VN245 | 12.30 | 13.40 |
| Hà Nội –Thành phố Hồ Chí Minh | VN219 | 13.30 | 15.30 |
| Hà Nội – Đà Lạt | VN277 | 13.35 | 15.15 |
| Hà Nội – Đà Nẵng | VN265 | 11.30 | 13.10 |

a Chuyến bay VN219 đi đâu?

b Lúc 16.30 chuyến bay VN219 đã hạ cánh ở Thành phố Hồ Chí Minh chưa?

c Lúc mười giờ chuyến bay VN265 đã cất cánh chưa?

d Chuyến bay VN277 cất cánh lúc mấy giờ?

e Đi từ Hà Nội đến Đà Lạt mất bao lâu?

**4** Here are three reviews of the hotel Bông Sen left online by guests who stayed there. Read the reviews carefully and decide if the following is true or not:

**a** Guest A did not like the breakfast.
**b** Guest B appreciated that the staff spoke English very well.
**c** Guest C stayed in the hotel six days.
**d** Which guest may return again?

**Khách A:**

Khách sạn tuy nhỏ nhưng phòng rất thoáng mát, sạch sẽ, nhân viên vui vẻ! Phòng khách sạn rất đầy đủ tiện nghi! Giá rất tốt, ăn sáng cũng rất ngon, tôi rất hài lòng về khách sạn này.

**Khách B:**

Tôi đã ở lại đây 3 ngày, và tôi thực sự ngạc nhiên khi nhận được các dịch vụ của khách sạn. Tất cả các nhân viên đều rất thân thiện, tiếng Anh là khá tốt để có thể nói chuyện với du khách nước ngoài. Tôi đã có một thời gian nghỉ ngơi tốt đẹp, chắc chắn tôi sẽ quay lại đây 1 lần nữa.

**Khách C:**

Chúng tôi đã ở khách sạn này hai ngày. Khách sạn nằm trong khu vực trung tâm, nhưng rất yên tĩnh. Mặc dù đây là một khách sạn nhỏ, nhưng các phòng đều lớn. Bữa ăn sáng tuy chỉ cơ bản nhưng khá ngon.

**5** Your wife booked a package holiday in central Vietnam. You have many questions but she just hands you a leaflet that describes the package she bought.

> **Trọn gói bao gồm**
>
> - 5 đêm nghỉ
> - Ăn sáng dành cho 2 khách.
> - Nước uống chào khách miễn phí
> - Xe bus đến trung tâm Thành Phố Huế miễn phí.
> - Xe bus đưa đón từ sân bay Đà Nẵng miễn phí
> - Nước suối 1 chai/người/ngày miễn phí.
> - Sử dụng trà, cà phê trong phòng miễn phí.
> - Sử dụng hồ bơi, phòng tập thể dục miễn phí
> - Wifi miễn phí . . .

**a** Is breakfast included?
**b** Does the hotel have internet? If so, how much does it cost?
**c** How will you get from the airport to the hotel?
**d** Will you get a welcome drink?
**e** Does the hotel have a gym?
**f** Is there a swimming pool?
**g** Each room has its own coffee- and tea-making facilities. How much do they cost?

**6 Translate the following text into English.**

Nếu bạn muốn đi du lịch suốt dọc đất nước Việt Nam thì anh nên đi bằng tàu hoả. Mặc dù đi bằng máy bay nhanh hơn nhưng bạn không thể ngắm được phong cảnh. Khi đi ô tô thì lâu. Đi tàu hoả hay lắm. Khi ở Việt Nam bạn nên thăm:

**Chùa Một Cột: ở Hà Nội** (One Pillar Pagoda in Hanoi)
**vịnh Hạ Long** (Hạ Long bay)
**đồng bằng sông Cửu Long** (the Mekong delta)
**địa đạo Củ Chi** (Củ Chi tunnels)
**hòn đảo Phú Quốc** (Phú Quốc island)
**ruộng bậc thang Sa Pa** (terrace fields of Sa Pa)
**lăng tẩm Huế** (royal mausoleums in Huế)
**phố cổ Hội An** (old streets of Hội An)

# Taking it further

Useful vocabulary: **thời tiết** *weather*; **khí hậu** *climate*; **mưa** *rain*; **gió** *wind*; **mây** *cloud*; **nắng** *sunny*; **ấm** *warm*; **ẩm** *humid*; **mùa** *season*; **mùa xuân** *spring*; **mùa hè** *summer*; **mùa thu** *autumn*; **mùa đông** *winter*; **mùa mưa** *rainy season*; **mùa khô** *dry season*; **nhiệt đới** *tropical*; **gió mùa** *monsoon*; **nhiệt độ** *temperature*; **trung bình** *average*; **bão** *storm*.

**THEO DỰ BÁO THỜI TIẾT NGÀY MAI TRỜI SẼ . . .** *ACCORDING TO THE WEATHER FORECAST TOMORROW IT IS GOING TO . . .*

| | |
|---|---|
| **mưa** | *rain* |
| **nắng** | *sunny* |
| **nóng** | *hot* |
| **ấm** | *warm* |
| **mát** | *cool* |
| **có mây** | *cloudy* |
| **có gió** | *windy* |

**Read the description of the climate in Hanoi and Ho Chi Minh City and find the answers to the following questions.**

   **a** How many seasons are there in Hanoi?
   **b** How many seasons are there in Ho Chi Minh City?
   **c** When does the rainy season start?
   **d** How long does the dry season last?

Hà Nội nằm trong khu vực nhiệt đới gió mùa, nhiệt độ trung bình 23°C – 24°C, lượng mưa hàng năm từ 1.600 đến 1.800mm, quanh năm thời tiết ấm áp, bốn mùa cây trái xanh tươi. Hà Nội có đủ bốn mùa xuân, hè, thu, đông. Từ tháng năm đến tháng 9 là mùa nóng có mưa to và bão.

Thành phố Hồ Chí Minh có hai mùa rõ rệt, mùa mưa từ tháng 5 đến tháng 11, lượng mưa trung bình năm 1.979mm. Mùa khô từ tháng 12 đến tháng 4 năm sau. Nhiệt độ trung bình cả năm 27,5°C, không có mùa đông.

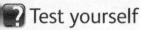
# Test yourself

**1  You are at the hotel reception. Explain that you want the following.**

  **a**  a single room with free internet
  **b**  a double room with own bathroom
  **c**  a room on the ground floor

**2  Now ask these questions.**

  **a**  Can you pay in cash?
  **b**  Does the hotel offer car hire?
  **c**  Does the hotel have internet?
  **d**  Is the internet free?

**3  Make the following complaints.**

  **a**  The room is dirty.
  **b**  There is no mineral water in the fridge.
  **c**  The room is too small.

**4  Say that you must do the following before setting off on your trip to Vietnam.**

  **a**  Buy a map.
  **b**  Get a visa.
  **c**  Book a room online.
  **d**  Read the weather forecast.
  **e**  Buy a tourist guide to Vietnam.

## SELF CHECK

| I CAN... |
| --- |
| ...make travel arrangements and exchange money. |
| ...understand basic tourist information from travel guides. |
| ...understand the weather forecast. |
| ...express passive meaning. |

**1 Translate the following sentences into English.**

**a** Hôm qua tôi phải nghỉ học vì tôi bị ốm.

**b** Chị Hương đã ra ga chưa?

**c** Chúng tôi xuống tầng một.

**d** Anh Nam được cô giáo khen vì học rất chăm chỉ.

**e** Chị nên ăn thử phở.

**f** Nhiều người nước ngoài muốn đến Việt Nam du lịch.

**g** Hôm nay trời lạnh quá nên chị nên mặc áo len.

**h** Tôi thích cái áo màu cam nhất.

**i** Cách đây hai năm tôi đi du lịch Thái Lan.

**j** Bưu điện nằm bên cạnh ngân hàng và đối diện với nhà ga.

**k** Tôi thích mua bán ở chợ hơn mua bán ở siêu thị.

**l** Họ cưới nhau cách đây ba năm.

**m** Hôm qua tôi được các bạn tôi mời đi xem phim.

**2 Translate the following sentences into Vietnamese.**

**a** Where do you live?

**b** Who is that pretty girl?

**c** Where were you born?

**d** What do you want to drink?

**e** What is Hanoi like?

**f** How old are you?

**g** When will you go to Vietnam?

**h** When did you visit China?

**i** Where are you going?

**j** Who is the oldest person in your family?

**k** Why are you sad?

**l** How long have you been living in London?

**m** Where did you learn Vietnamese?

**n** Who is your best friend?

**o** Which city is bigger – London or Paris?

**p** What are you reading?

**3** Your colleague says, 'Đây là số điện thoại di động của tôi, chị hãy gọi điện cho tôi.' Is he . . .

   **a** asking you not to give his mobile phone number to anybody else?

   **b** giving you his mobile phone number and asking you to call him?

   **c** asking for your mobile phone number so that he can call you?

**4** When he learns that you are planning to visit Hanoi in December, your Vietnamese friend has the following advice, 'Nếu anh đi Hà Nội vào mùa đông thì anh nên mang áo ấm vì ở Hà Nội mùa đông trời thật lạnh.' What is he telling you?

   **a** Not to bother bringing warm clothes because the weather in Hanoi is never cold.

   **b** To take warm clothes because winter in Hanoi is very cold.

   **c** To buy some winter clothes in Hanoi if the weather gets cold.

**5** Your Vietnamese neighbour tells you, 'Tôi phải gọi điện thoại đến phòng bán vé vì tôi muốn biết vé máy bay đi Hà Nội giá bao nhiêu.' Why is he phoning the ticket office?

   **a** To find out the price of a ticket to Hanoi.

   **b** To find out the time of the flight to Hanoi.

   **c** To find out if there are still any seats left on the flight to Hanoi.

**6** What would you say to the shop assistant to check whether you can try on a pair of shoes?

   **a** Tôi mặc thử cái áo dài này có được không?

   **b** Tôi đi thử giày có được không?

   **c** Tôi mặc thử giày có được không?

**7** Lan, your Vietnamese colleague is talking about her trip to south Vietnam and says, 'Khi tôi thăm miền Nam Việt Nam thì tôi đã ăn thử nhiều loại hoa quả nhiệt đới.' Is she . . .

   **a** . . . complaining that the tropical fruit there was very expensive?

   **b** . . . telling you that she was able to try many types of tropical fruit during her trip to south Vietnam?

   **c** . . . saying that from now on she will eat more tropical fruit?

**8** You need to find the correct platform for your train to Nha Trang. How do you ask?

   **a** Xin lỗi, chỗ này còn trống?

   **b** Xin lỗi, bây giờ là mấy giờ?

   **c** Xin lỗi, tàu hỏa ra Nha Trang ở đường số mấy?

**9** Your Vietnamese colleague takes you out for lunch and he asks you, 'Anh thấy món nem rán này thế nào?' What does he want to know?

    **a** If you find the spring rolls too salty?

    **b** What do you think about the spring rolls?

    **c** If you want to order some more spring rolls?

**10** Read and translate the following words.

| bạn | mua | dừa | chó | chưa |
|-----|-----|-----|-----|------|
| bàn | mưa | dứa | chợ | chua |
| bận | mùa | đũa | cho | chùa |
| bẩn | màu |     | chờ | chữa |

**11** The following queries were posted on a Vietnamese online forum for travellers. What information were its users looking for?

    **a** Thuê tàu tham quan vịnh Hạ Long thế nào?

    **b** Giá tour du lịch bao gồm những gì?

    **c** Việt Nam có gì khác biệt các nước Đông Nam Á?

    **d** Từ Nam Định đến Đà Lạt bằng ô tô mất bao lâu?

    **e** Từ Đà Nẵng lên Bà Nà đi bằng phương tiện nào?

    **f** Mặc gì khi du lịch châu Âu tháng mười?

    **g** Mua vé máy bay giá rẻ ở đâu?

    **h** Đi 'bụi' ở Nha Trang thế nào?

**12** Translate the following complex sentences into English.

    **a** Trời mưa nên chúng tôi không đi chơi.

    **b** Khi tôi đến Việt Nam thì tôi chưa biết tiếng Việt.

    **c** Vì tôi không viết thư nên cô ấy giận tôi.

    **d** Khi tôi về nhà thì bố mẹ tôi rất vui.

    **e** Mặc dù quyển từ điển này rất đắt nhưng tôi vẫn mua.

    **f** Vì sao anh không dịch được bài này?

    **g** Bộ phim này chán nên không nên đi xem.

    **h** Nếu anh mệt thì anh nên nghỉ.

    **i** Nếu không biết đường thì chúng ta phải đi theo bản đồ.

**13** Ask your friend if he has already . . .

    **a** . . . bought a new motorcycle?

    **b** . . . met your older brother?

    **c** . . . read today's weather forecast?

    **d** . . . booked a room in Bangkok?

    **e** . . . bought today's newspaper?

    **f** . . . visited central Vietnam?

**14  Translate the following into English.**

   **a**  Nhà anh ấy cách nhà tôi khá xa.
   **b**  Tôi chưa bao giờ thăm Đông Nam Á.
   **c**  Anh đã đến Hội An lần nào chưa?
   **d**  Bà đã mua từ điển Việt-Anh chưa?
   **e**  Mẹ tôi chưa về nhà.
   **f**  Tôi chưa bao giờ ăn món nem rán.
   **g**  Tôi chưa bao giờ nói chuyện với luật sư Minh.
   **h**  Chúng tôi chưa bao giờ lên Tam Đảo.

**15  Translate the following sentences into Vietnamese. Write them down and pay attention to the correct spelling. This is a final exercise to test how well you have mastered the Vietnamese language.**

   **a**  Yesterday afternoon I went to the market; I bought two bottles of beer, 1 kg of apples, a bunch of bananas and five pairs of chopsticks.
   **b**  I don't like eating spicy food.
   **c**  Yesterday I was late for work because I got lost.
   **d**  Where can I buy fresh fish?
   **e**  Don't worry!
   **f**  My father retired two years ago.
   **g**  The post office is located next to the department store, opposite the hospital.
   **h**  My younger brother goes to school by motorcycle. It takes him 15 minutes to get from our house to the university.
   **i**  I am sorry but I will not be able to come to visit you because I have a headache.
   **j**  Excuse me, where is the nearest bank? Just keep on walking straight along this road and turn left.
   **k**  Which season do you like best?
   **l**  Last year I travelled to Huế by train. I stayed in a small hotel in the middle of Ho Chi Minh City.
   **m**  How much is this pair of shoes?

# Key to exercises

## UNIT 1

**Discovery question**

The Vietnamese need to ask about your age and marital status in order to determine the correct kinship term they should you to address you.

**Vocabulary builder**

**1 a** Addressing a woman; **b** Addressing a man; **c** Addressing a man; **d** Addressing a woman; **e** Addressing an older woman; **f** Addressing a younger person (could be either male or female); **g** Hello Trung; **h** Hello Lan; **i** Hello Mr Tuan; **j** Addressing an older woman.

**2 a** Chào ông Công. **b** Chào bà Brown. **c** Chào cô Loan. **d** Chào cô Tiên. **e** Chào ông Dũng và em Trung. **f** Chào bà Lan, chào cô Liên.

**Conversation and comprehension**

**1** Mark is younger than Nam.

**2 a** Xin lỗi means excuse me. **b** gì

**3 a** Lan and Hoa are friends. **b** cũng means 'also'.

**4 a** nước; **b** David is Long's English friend.

**Practice**

**a** 4, **b** 1, **c** 6, **d** 2, **e** 3, **f** 5

**Learn more**

**1 a** I am English. **b** My name is not Liên. **c** This is my friend. **d** Nam is not my friend. **e** Ngọc (a young girl) is not English. **f** This is not Mrs Hạnh, this is Miss Yến.

**2 a** Tên tôi là John. **b** Đây không phải là bạn tôi Tom, đây là bạn tôi Mark. **c** Anh Mark không phải là người Việt, ông Dũng là người Việt. **d** Tên tôi không phải là David. **e** Đây không phải là cô Hạnh.

**3 a** Incorrect; là must be negated using 'không phải' and not just 'không'; Tên tôi không phải là Liên. **b** Incorrect for the same reason as in **a**; Đây không phải là em Hạnh, đây là em Yến. **c** Correct. **d** Correct; **e** Incorrect for the same reason as **a**; Em Ngọc không phải là người Anh. **f** Correct

**Pronunciation and speaking**

**1 a** Hello (addressing an older man), how are you? **b** Hello (addressing an older woman). Thank you, I am well. And what about you? **c** Thank you, I am also well. **d** This is Dũng. **e** Nam (male) greets Lan (female). **f** David, how are you? Thank you, I am as usual. **g** My name is not Nam, my name is Dũng. **h** My friend is not Vietnamese.

**2 a** Chào chị Loan, chào bà Ngọc. **b** Chào cô Hiền, chào anh Phan.
**c** Chào ông Cường, chào chị Nguyệt. **d** Chào ông Hùng, chào bà Liên.
**e** Chào anh Vinh. **f** Chào em Lan.

**3** All introductions can simply start with 'Đây là' This is . . . or if you want to be more elaborate you can say Xin giới thiệu với anh/chị: đây là . . . May I introduce to you. . . .
**a** Đây là ông Hùng. **b** Xin giới thiệu với anh/chị: đây là ông Brown.
**c** Đây là chị Hoa, bạn tôi. **d** Đây là anh Mark. Anh Mark là người Anh.
**e** Đây là bà Margaux. Bà Margaux là người Pháp. **f** Đây là bà Green.

**4 a** 1; **b** 2; **c** 1; **d** 1

**5 a** Tên tôi không phải là Nam. **b** Cô Hoa không phải là bạn tôi.
**c** Đây không phải là bà Hạnh và em Liên. **d** Em Liên không phải là bạn tôi.
**e** Bạn tôi tên không phải là Dũng. **f** Đây không phải là ông Trung.
**g** Tên tôi không phải là Lan. **h** Ông Công không phải là bạn tôi.

**Reading and listening**

**1 a** Hoa is Nam's sister; **b** Yes; **c** Vietnamese; **d** No, he is French; **e** No, he is English; **f** Vietnamese; **g** Hoa's brother and Dũng's friend; **h** Yes, she is his sister; **i** No; **j** Maurice is greeting Hoa; **k** Yes

**2 a** German; **b** English; **c** Japanese; **d** French; **e** American; **f** Vietnamese

**Test yourself**

**1** Fill in the missing information about yourself:
Tên tôi là My name is_____ .
Tôi là người My nationality is_____ .
Bạn tôi tên là My friend's name is_____ .
Bạn tôi là người My friend's nationality is_____ .

**2** Give Vietnamese equivalents:
**a** Chào anh. Anh có khỏe không?
Chào chị, tôi khỏe. Còn chị? Chị có khỏe không?
Cám ơn anh, tôi khỏe.
**b** Xin lỗi, chị tên là gì?
Tên tôi là Hoa. Còn tên chị là gì?

Tên tôi là Helen và đây là Peter.

**c** Chào chị Mary. Chị có khỏe không?

Cám ơn, tôi khỏe. Đây là bạn tôi Helen.

Chào Helen. Rất hân hạnh được gặp chị.

**d** Chào Hạnh, đây là bạn tôi Mark.

Chào anh Mark. Rất hân hạnh được gặp anh. Anh là người nước nào?

Tôi là người Anh.

**3 a** Hello Liên (female). How are you? **b** My name is Mai and my friend is called Lan. **c** This is my friend Chinh (male). Chinh is Vietnamese. **d** David is not American, David is English. **e** What is your name? **f** Mrs Mai greets Mr Dũng. **g** What nationality is Helen? Helen is American. **h** Mrs Hạnh is very pleased to meet Trung (younger male). **i** Mr Tuấn is not my friend. **j** My friend is not French.

**4 a** không **b** không **c** người **d** gì **e** nước **f** là g khỏe

**5** Tên tôi là Lan. Bạn tôi tên là Hoa. Chị Hoa có khỏe không? Cám ơn anh, tôi khỏe. Anh tên là gì? Anh Trung không phải là người Pháp, anh là người Việt Nam. Ông Nam chào bà Lan.

## UNIT 2

### Discovery question

The Vietnamese differentiate between the paternal and maternal side of the family as well as between younger and older sibling.

### Conversation and comprehension 1

**a** Mary is married. **b** She has an older brother. **c** She has a younger sister.

### Conversation and comprehension 2

**1 a** Liên lives in Huế on Duy Tân street; **b** The Vietnamese word for street is phố.

**2 a** Nam and his parenst live in Hanoi; **b** Nam was born in Hanoi; **c** The Vietnamese word for 'together' is cùng.

**5 a** Hoa is Lan's younger sister; **b** Trí is her older brother; **c** The Vietnamese word for 'single' is độc thân.

### Practice

**1 a** 2, **b** 3, **c** 5, **d** 6, **e** 4, **f** 1

### Learn more

**1 a** 4; **b** 1; **c** 5; **d** 2; **e** 6; **f** 3

**2 a** Đây là ai? Đây là anh Nam. **b** Anh Nam là ai? Nam là anh tôi.

**c** Anh Nam sống ở đâu? Nam sống ở Hà Nội. **d** Anh/chị sống ở đâu?.
**e** Anh/chị làm việc ở đâu? **f** Liên làm gì?

**3 a** Anh tên là Nam, phải không?
**b** Chị Liên sống ở Hà Nội, phải không?
**c** Chị Lan có một em gái, phải không?
**d** Anh Hùng còn độc thân, phải không?
**e** Em Ngọc học ở Luân Đôn, phải không?
**f** Bà Minh sinh ra ở Hà Nội, phải không?

**4 a** Anh Hùng có sống và làm việc ở Hà Nội không? **b** Chị Lan có gặp anh Nam không? **c** Bà Hoa có chào bà Lan không? **d** Peter có học tiếng Việt không? **e** Em gái anh có làm việc ở Hà Nội không? **f** Ông Dũng có sinh ra ở nước Anh không?

### Pronunciation and speaking

**1 a** Where does your family live? My family lives in Hanoi. **b** Who is this? This is my younger sister. **c** My maternal gradparents live in Huế.
**d** My paternal grandparents also live in Huế. **e** Where were you born? I was born in Đà Nẵng. **f** My parenst don't work in Hanoi. **g** Is your name Nam?

**2 a** 2; **b** 1; **c** 2

### Reading and listening

**a** Lan is Dũng's older sister; **b** No, he is his older brother; **c** No;
**d** Lan's husband; **e** No; **f** In Hanoi; **g** Yes, he has one brother and one sister; **h** Bình is Hùng's girlfriend; **i** His maternal grandparents live in Hải Phòng, we do not know where his paternal grandparents live; **j** Yes;
**k** Dũng's maternal grandparents.

### Test yourself

**1** Tôi sinh ra ở I was born in_____ .
Tôi sống ở I live in_____ .
Tôi làm việc ở I work in _____ .
Bố mẹ tôi sống ở My parents live in _____ .
Anh chị em tôi sống ở My siblings live in _____ .
Ông bà nội sống ở My paternal grandparents live in _____ .

**2 a** Đây là ai?
Đây là em gái của tôi Lucy.
Lucy sống ở đâu?
Tôi sống ở Luân Đôn.

**b** Mary, chị có anh chị em không?

Có, tôi có một em trai và một chị.

Em trai của Mary tên là gì?

Em trai của tôi tên là Peter và chị tôi tên là Rachel

Chị của Mary lập gia đình chưa?

Chưa, chị tôi còn độc thân.

**c** Đây là ai?

Đây là John.

John có phải là anh trai của anh?

Không, anh John là bạn tôi.

Anh Peter là em trai của anh, phải không?

Anh Peter là em trai của tôi.

**d** Bố mẹ của anh Mark sống ở đâu?

Bố mẹ tôi sống ở Luân Đôn.

Còn ông bà của anh?.

Ông bà của tôi về hưu rồi. Ông bà của tôi không sống ở Luân Đôn nhưng sống ở Brighton.

**3 a** Tên tôi là Nam. Tôi sống ở Hà Nội nhưng bố tôi sống ở Huế. **b** Em gái tôi không sống ở Việt Nam. Em gái tôi sống ở nước Anh. **c** Chị Mary có anh chị em không? **d** Gia đình tôi sống ở Luân Đôn. **e** Anh trai của Tom lập gia đình chưa? **f** Anh tôi sống ở Hà Nội nhưng làm việc ở Hải Phòng.

## UNIT 3

### Discovery question

This person would be referred to as Bình (with the appropriate kinship term, for example, anh Bình, ông Bình etc.).

He would still be referred to as Bình irrespective of whether he is your friend or your boss but the kinship term would change.

### Conversation and comprehension 1

bây giờ

### Conversation and comprehension 2

**1** Nam gets up first, at 6 o'clock.

**2 a** Vietnamese lesson finishes at 10.45; **b** Mary returns home at 2pm.

**3 a** false, **b** true, **c** false, **d** false, **e** false

### Practice

**1 a** 69; **b** 33; **c** 12; **d** 47; **e** 195; **f** 55; **g** 208; **h** 1986; **i** 703; **j** 505; **k** 71.

**2 a** Sáu mươi ba; **b** bốn mươi bốn; **c** bảy trăm chín mươi tám; **d** hai trăm linh/lẻ ba; **e** mười một; **f** bảy mươi lăm; **g** bốn trăm linh/lẻ bảy; **h** một nghìn chín trăm chín mươi chín; **i** mười lăm; **j** ba mươi mốt; **k** năm mươi chín; **l** sáu trăm linh/lẻ hai; **m** bốn mươi tám; **n** tám mươi mốt

**3 a** mười giờ, **b** tám giờ ba mươi phút or tám giờ rưỡi, **c** chín giờ bốn mươi lăm phút, **d** mười sáu giờ năm mươi táp phút or mười bảy giờ kém hai phút, **e** mười bảy giờ mười lăm phút, **f** mười bốn giờ bốn mươi bảy phút or mười lăm giờ kém mười ba phút, **g** năm giờ năm mươi lăm phút or sáu giờ kém năm phút

**4 a** Hàng ngày tôi thường dậy lúc bảy giờ.
**b** Hàng ngày tôi thường ăn sáng lúc bảy giờ rưỡi.
**c** Hàng ngày tôi thường đến trường lúc tám giờ.
**d** Hàng ngày tôi thường ăn trưa lúc mười hai giờ rưỡi.
**e** Hàng ngày tôi thường gặp bạn lúc sáu giờ chiều.
**f** Hàng ngày tôi thường về nhà lúc bảy giờ tối.
**g** Hàng ngày tôi thường xem ti vi lúc tám giờ tối.
**h** Hàng ngày tôi thường đi ngủ lúc mười giờ rưỡi.

## Pronunciation and speaking

**2 a** Buổi sáng anh thường dậy lúc mấy giờ? What time do you usually get up in the morning?
**b** Chị thường ăn sáng lúc mấy giờ? What time do you usually have your breakfast?
**c** Anh thường về nhà lúc mấy giờ? What time do you usually return home?
**d** Buổi tối anh thường đi ngủ lúc mấy giờ? What time do you usually go to sleep in the evening?

## Reading and listening

**1 a** at 6 am; **b** between 6.15 and 6.30; **c** at home; **d** at 7.30; **e** yes; **f** no; **g** Trí

## Go further

**a** Tôi làm việc từ chín giờ sáng đến năm giờ chiều.
**b** Vợ tôi làm việc từ mười giờ sáng đến năm ba giờ chiều.
**c** Hàng ngày con trai tôi học tiếng Việt từ hai giờ đến bốn giờ chiều.
**d** Hàng ngày tôi xem ti vi từ tám giờ đến mười giờ tối.

## Test yourself

**1 a** Nam works from 8 in the morning until 5 in the afternoon.
**b** I watch television from 9 till 10.

**c** Excuse me, what is the time?

**d** My son studies English from 2 to 3.30.

**e** My family eats dinner from 7 until 7.45.

**f** What time do you get up every day?

**2 a** 2; **b** 1; **c** 3

**3 a** 2; **b** 4; **c** 1; **d** 5; **e** 3; **f** 6

**4** c

**5** b

**6** c

## UNIT 4

### Discovery question

Tết Nguyên Đán celebrations in Vietnam are associated with many customs: people clean their houses and decorate them with with flowers; they worship Ông Táo (the Kitchen God) who is believed to visit each household and report to the Jade Emperor; women prepare traditional Tết cakes called bánh chưng and bánh dày; children are given 'lucky money'; the first visitor is important because the Vietnamese believe that he/she can determine if the nature of the new year. Firecrackers are set off to scare off evil spirits.

### Conversation and comprehension 1

three days

### New expressions

**a** 4; **b** 6; **c** 1; **d** 2; **e** 3; **f** 5

### Conversation and comprehension 2

He visited Ho Chi Minh City last year in July.

### Learn more

**1 a** năm sau; **b** ngày mai; **c** thứ bảy tuần trước; **d** hôm kia; **e** tháng trước; **f** tháng mười năm ngoài; **g** tối qua

**2 a** yes, he has a meeting in his office; **b** he will go on a trip with his family; **c** on Tuesday; **d** yes

**3 a** wrong; **b** correct; **c** wrong; **d** correct; **e** correct; **f** wrong; **g** wrong

### Pronunciation and speaking

**1 a** (ngày) mồng năm tháng hai năm một nghìn chín trăm chín mươi chín; **b** (ngày) ba mươi mốt tháng năm năm một nghìn tám trăm năm mươi lăm; **c** (ngày) mười chín tháng bảy năm một nghìn chín trăm bảy mươi lăm; **d** (ngày) hai mươi mốt tháng mười hai/tháng chạp năm hai nghìn không trăm linh một; **e** (ngày) mồng bảy tháng mười năm một nghìn chín trăm sáu mươi ba; **f** (ngày) mười bốn tháng mười một năm hai nghìn không trăm mười bốn

**2 a** Tôi sinh ra ngày mười bảy tháng mười.
**b** Tháng sáu năm ngoài anh tôi đã lấy vợ.
**c** Bố tôi về hưu vào tháng bốn năm một nghìn chín trăm chín mươi bảy.
**d** Tôi sinh ra ngày thứ hai.
**e** Tháng sau tôi sẽ đi Đà Nẵng thăm chị tôi.

**3 a** sai, **b** sai, **c** sai, **d** đúng, **e** đúng, **f** đúng

**4** b

**5** b

**6** a

**7 a** Thanh; **b** Hương; **c** Lan; **d** Hùng; **e** Phượng

**Reading and listening**

**1 a** 25.2 1983; **b** 3.3 1675; **c** 31.12 2013; **d** 6.1 1822; **e** 14.7 2010

**2 a** 1980; **b** 1999; **c** two; **d** one son and one daughter; **e** in July this year; **f** journalist

**Test yourself**

**1 a** Tối qua tôi đi ngủ vào lúc 11.45.
**b** Tuần sau tôi sẽ đi Nha Trang thăm chị tôi.
**c** Hôm qua tôi đã gặp bạn tôi Nam.
**d** Tối thứ bảy tôi đã đi xem phim Việt Nam.
**e** Năm sau bố mẹ tôi sẽ đi nghỉ mát ở Huế.
**f** Ông Thanh vừa mới về nhà.
**g** Lớp học tiếng Pháp sắp bắt đầu.
**h** Buổi tối tôi thích xem ti vi.

**2 a** Yesterday I studied Vietnamese from morning until afternoon.
**b** This Saturday I will meet my friend.
**c** Tomorrow morning my mum will return to her native place.
**d** In which month were you born?
**e** Last week Mr Trí introduced Mrs Hà to Mr Brown.
**f** When will you go for a walk?

**3** b

**4 a** Ngày mai tôi sẽ gặp luật sư của tôi.
**b** Con gái tôi sinh ra năm ngoài.
**c** Anh gặp ông Thanh bao giờ?

**d** Chiều chủ nhật tôi thường thăm ông bà tôi.

**e** Tuần sau anh Peter sẽ bắt đầu học tiếng Việt.

**f** Tôi sắp ăn sáng.

## UNIT 5

### Discovery question

Kinh are the ethnic Vietnamese.

No.

### Conversation and comprehension 1

**1 a** from . . . to; **b** ngã ba is a crossroads where three roads intersect while ngã tư is a crossroads where four roads cross

**2** b

**3** There are several ways how to ask for directions. For example, you can start each question with 'Ông/chị làm ơn chỉ giúp tôi đường đến…'
**a** ngân hàng; **b** đại sứ quán; **c** bựu điện; **d** bệnh viến; **e** nhà ga; **f** siêu thị; **g** hiệu thuốc

### Conversation and comprehension 2

**1 a** To the Hàng Gà street; **b** yes.

**2 a** she is going to the railway station; **b** it is too far to go on foot.

### Practice

**1** c; **2** c

### Learn more

**1** b; **2** c; **3** b

**4 a** Chị Hoa đừng lo.

**b** Chị Quê, mời chị ăn cơm.

**c** Anh Hùng, đừng hút thuốc lá ở đây.

**d** Chúng ta đi chơi đi.

**e** Ngày mai em Cúc hãy dậy sớm đi.

**f** Anh Nam đừng đến muộn.

**g** Chị Lan xin mời vào.

### Listening comprehension

**1 a** Helen arrived last week; **b** By plane from Bangkok; **c** She is staying at the hotel Metropole.

**2 a** Nam does not walk to his office; **b** yes, Nam knows Chu Văn An street; **c** he goes to work by motorcycle taxi; **d** the bus was too slow; **e** no, motorcycle taxi is cheap

## Test yourself

**1** b

**2 a** I do not know the way to the railway station. **b** Today I was tired, I went to the office by a motorbike taxi. **c** Do you know where the nearest bank is? **d** How far is it from here to the hospital? **e** Please can you show me the way to the Hàng Đào Street?

**3 a** Don't worry! **b** Please come in and drink some coffee. **c** Get up! **d** Go back home. **e** Don't go by motorbike. Go by bus. **f** Go quickly. **g** Please could you help me, Helen?

**4 a** No, only to the hub terminal at Cầu Giấy.
**b** 35 000 Vietnamese dongs per person.
**c** To the city centre.
**d** Taxi will cost about 300 000 dongs and is best suited to groups.

## UNIT 6

### Discovery question

In the past áo dài was worn both by men and women. The Vietnamese conical hat is light, durable and cheap and protects against the weather.

### Conversation and comprehension 1

**1** Bông Sen

**2 a** Liên's dog is small; **b** Liên's dog is slim and fast.

### Conversation and comprehension 2

**1 a** Thanh; **b** He is young, tall and clever.

**2** According to Peter, Hanoi is small but pretty; **3** Thanh likes living in Hanoi because it is peaceful.

### Practice

**a** 3, **b** 5, **c** 1, **d** 6, **e** 2, **f** 4, **g** 8, **h** 7

### Learn more

**1 a** My friend Lan is beautiful.
**b** My paternal grandparents are old.
**c** In Vietnam October is sunny but in England October is cold.
**d** Peter's girlfriend is young.
**e** My father is ill.
**f** Is the film *The Scent of Green Papaya* interesting?
**g** My friend Phượng is cheerful every day.

**2** c

**3** b

**4 a** trẻ; Mrs Mai is neither old nor young; **b** nhỏ; Hanoi is neither big nor small; **c** lười; My younger brother is neither hardworking nor lazy; **d** cũ; My motorbike is neither new nor old; **e** . béo; Nam is neither slim nor fat.

**5** c

**6** c

**7** b

## Conversation and comprehension 3

**1 a** Xe ôm is quicker; **b** The bus is cheaper.

**2 a** Is this film interesting?
**b** Is Mr Hùng rich?
**c** Is your house new?
**d** Is Lan beautiful?
**e** Is Đà Lạt cold?
**f** Is Dũng tall?
**g** Is this street wide?
**h** Is it far from Brighton to London?
**i** Is your mu cheerful today?
**j** Is learning Vietnamese difficult?

**3 a** The hotel is called Quê Hương; **b** It is quite expensive; **c** John's motorcycle is old and is currently broken.

**4 a** false; **b** true; **c** false; **d** false; **e** false

## Go further

**1 a** Tôi thích dậy sớm hơn. **b** Tôi thích đi bộ đến cơ quan hơn. **c** Tôi thích sống ở Luân Đôn hơn. **d** Tôi thích cà phê hơn trà. **e** Tôi thích đi xe lửa hơn đi máy bay.

**2 a** Tôi không thích dậy sớm. **b** Tôi không thích sống ở một thành phố lớn. **c** Tôi không thích đi xem phim.

## Test yourself

**1 a** Bạn tôi Lan trẻ và đẹp.
**b** Thành phố Luân Đôn lớn.
**c** Hà Nội nhỏ hơn Thành phố Hồ Chí Minh.
**d** Anh của chị thế nào?
**e** Học tiếng Việt dễ nhưng học tiếng Trung Quốc khó.
**f** Ông Hùng có già không?
**g** Luân Đôn là một thành phố lớn nhất ở nước Anh.

**h** Hôm nay mẹ tôi buồn.

**i** Bố tôi già hơn mẹ tôi.

**j** Tiếng Anh khó bằng tiếng Pháp.

**k** Tiếng Việt của chị Mary tốt hơn (giỏi hơn) tiếng Việt của anh John.

**l** Chị tôi cao hơn của mẹ của chị.

**m** Học tiếng Việt dễ.

**2 a** Which river in Vietnam is the longest?

**b** Which city in Vietnam is the most beautiful?

**c** The streets of Sài Gòn are wider than the streets of Hanoi.

**d** My older brother is as tall as my older sister.

**e** My friend is older than I am.

**f** Travelling by plane is faster than travelling by train.

## UNIT 7

### Discovery question

The biggest market in Hanoi is called Đồng Xuân; the biggest market in Huế is called Đông Ba and the biggest market in Ho Chi Minh City is called Bến Thành.

In the past the Hàng Đường street used to sell sugar and the Hàng Vải street sold fabrics.

### Vocabulary builder

**a** Một bát phở bao nhiêu tiền? **b** Một quyển từ điển Việt-Anh giá bao nhiêu? **c** Một nải chuối giá bao nhiêu? **d** Đi xe ôm đến trung tâm thành phố bao nhiêu tiền?

### Conversation and comprehension

**1** vừa means to fit, to be the right size

**2 a** incorrect; **b** correct; **c** incorrect; **d** incorrect; **e** incorrect

**3** c

**4 a** 4; **b** 3; **c** 3; **d** 1

**5** Bao nhiêu tiền . . .? . . . giá bao nhiêu?

### Learn more

**1 a** Một chai bia Halida giá bao nhiêu?

**b** Một tách cà phê giá bao nhiêu?

**c** Mười đôi đũa giá bao nhiêu?

**d** Một quả xoài giá bao nhiêu?

**e** Một ki lô chanh giá bao nhiêu?

**f** Một quyển từ điển Việt-Anh giá bao nhiêu?

**g** Một chiếc xe máy giá bao nhiêu?
**h** Một đôi giày giá bao nhiêu?
**i** Một con gà giá bao nhiêu?

**2 a** con, con; **b** cái/chiếc; **c** quyển/cuốn; **d** quả; **e** cái/chiếc; **f** bài; **g** bức; **h** cái/chiếc; **i** con; **j** cái/ngôi; **k** đôi; **l** đôi; **m** quả

**3** b

**4** b

**5** c

**6** c

**7** b

### Listening

**1** She is also buying papaya.

**2** She is buying an embroidered tablecloth.

**3** Peter is buying a jumper. They do not have his favourite colour.

**4 a** Yes; **b** Đồng Xuân; **c** No, they are cheap; **d** She does not have to haggle about the price because at the supermarket the price is fixed.

### Go further

**a** Nam is wearing leather shoes. **b** Today Helen is wearing a yellow dress. **c** Mr Hùng wears glasses. **d** Lan is wearing a pretty dress today. **e** Liên does not like wearing a hat. **f** It was raining yesterday. I had to wear a raincoat. **g** My dad has to wear glasses. **h** Hoa likes wearing Vietnamese traditional tunic.

### Test yourself

**1 a** Hôm qua Helen đã mua mười đôi đũa.
**b** Mẹ tôi đi chợ và mua hai cân cam và một cân chanh.
**c** Xin cho tôi một tách cà phê đen đá.
**d** Tôi cần mua một cái (chiếc) áo sơ mi mới.
**e** Tôi thích mua bán ở siêu thị hơn nhưng bạn tôi thích mua bán ở chợ hơn.
**f** Tuần trước Roger đã mua một quyển từ điển Việt-Anh. Nó giá 350 000 đồng.
**g** Thuê xe máy ở Hà Nội giá bao nhiêu?
**h** Tôi muốn mua một cái áo đỏ.
**i** Cái áo này không vừa.

**2 a** Một chai bia giá bao nhiêu?
**b** Một bát phở giá bao nhiêu?

**c** Một cốc nước cam giá bao nhiêu?
**d** Đôi giày giá bao nhiêu?
**e** Một cân nho giá bao nhiêu?
**f** Một nải chuối giá bao nhiêu?
**g** Chiếc khăn trải bàn lụa giá bao nhiêu?

## UNIT 8

### Discovery question

Huế is the traditional centre of Vietnamese Buddhism and a formal royal capital city. Local vegetarian delicacies replicate with great finesse meat-based dishes using tofu and vegetables.

The term cơm bụi (lit. 'dusty' food) refers to Vietnamese street food.

### Conversation and comprehension 1

**1 a** khát means thirsty; **b** Hoa is drinking lemonade; **c** yes; **d** Peter ordered a bottle of beer.

**2 a** Peter likes to play football, table tennis and occasionally also tennis.
**b** chơi means to play; **c** football, table tennis and tennis; **d** đá in bóng đá and bóng bàn means a ball

**3** history museum

### Conversation and comprehension 2

**1 a** no; **b** Nam loves spring rolls.

**2** all statements are incorrect.

### Learn more 1

**a** 5; **b** 3; **c** 1; **d** 2; **e** 4

### Practice

**1 a** Tomorrow morning I have to get up early.
**b** You should stay at home and rest.
**c** I am free today, I can come to visit you.
**d** My father wants to buy a new car.
**e** You should eat a lot of fresh fruit.
**f** You must come to your office on time.

**2** Several different modal verbs could be used in these sentences. Here are some possibilities:
**a** phải; **b** phải; **c** nên; **d** muốn; **e** muốn.

**3 a** Món nem rán này ngon tuyệt. These springrolls are delicious.
**b** Cà phê này ngọt lắm. This coffee is very sweet.

**c** Phở bò này hơi mặn. This beef noodle soup is a little too salty.

**d** Quả đu đủ này không tươi. This papaya is not fresh.

**e** Món bánh cuốn này cay. This stuffed pancake is spicy.

**4 a** Hello, what would you like?

**b** Please give us one black coffee and one ice coffee.

**c** What dish would you like to order?

**d** We would like two bowls of beef noodle soup and two plates (portions) of spring rolls.

**e** What do you want to drink? Orange juice or mineral water?

**f** Will you have rice or noodle soup?

**g** Do you want beef noodle soup or chicken noodle soup?

**h** What would you like to drink? Coffee or tea?

**i** Will you have beer or fruit juice?

**j** Do you want black coffee or white coffee?

**k** Do you want your tea with sugar or without?

**l** Do you want orange juice or lemonade?

## Learn more 2

**1 a** Have you ever eaten Vietnamese food?

**b** Have you ever visited England?

**c** Have you ever met Mrs Liên?

**d** Have you seen a Vietnamese film yet?

**e** Are you married yet?

**f** Have you ever been to Đà Nẵng?

**g** Have you ever worn Vietnamese áo dài?

**h** Have you ever drunk sugarcane juice?

**i** Have you read today's newspaper yet?

**j** Have you had breakfast today yet?

**2 a** Lan; **b** Yes; **c** Hùng; **d** Chị Phượng; **e** Bình; **f** She is single and does not have anybody with whom to go out.

## Test yourself

**1 a** Because I have no money I cannot go to the theatre. **b** I went to the market because I want to try to eat many types of fruit. **c** I came late therefore I could not meet her. **d** I could not come beacuse my motorbike broke down. **e** Why did you not eat brakfast? **f** Why are you sad?

**2** c; **3** c; **4** b; **5** c

**6 a** Have you ever drunk Vietanmese tea?

**b** Why did you not apologized to her?

**c** Tonight I want to watch football on TV.

**d** Have you ever visited Hanoi History museum?

**e** Have you ever played table tennis?

**f** Hải is at home beacuse it is raining.

**g** Are you married yet?

**h** Why are you sad?

**i** Have you ever seen a Vietnamese film?

## UNIT 9

### Discovery question

Tam giáo indicates the three traditional Eastern religions followed in Vietnam: Buddhism, Taoism and Confucianism.

The Vietnamese system of religions and beliefs is very fluid and non-orthodox.

### Conversation and comprehension 1

**1 a** phòng đơn single room; phòmg đôi double room; **b** trống; **c** yes

**2** miễn phí

### Conversation and comprehension 2

**3 a** incorrect; **b** correct; **c** incorrect; **d** incorrect; **e** incorrect; **f** incorrect; **g** incorrect; **4** c; **5** b

**6 a** A house; **b** In the city centre; **c** yes; **d** yes; **e** yes; **f** yes; **g** yes

### Practice

**1 a** 5; **b** 3; **c** 4; **d** 6; **e** 1; **f** 2

**2 a** A laptop; **b** A coat; **c** A cat; **d** A map; **e** A lamp; **f** two

**3 a** There is one bed in my bedroom.

**b** In front of the house there is a very tall tree.

**c** My dog is lying under the table.

**d** The student is studying in the classroom.

**e** The post office is next to a bank, opposite to a photography shop.

**f** Outside in the street there are many cars.

**g** In the middle of the town there are many banks.

**h** The library is next to the railway station.

**i** She is sitting behind me.

**j** In the middle of the room there is a table and chairs.

**k** Mai's house is in between the hospital and the library, opposite to a hotel.

**l** There is a chicken outside in the yard.

**m** A picture is hanging on the wall.

**4 a** Trước khi đi ngủ anh Nam thích uống nước lạnh.

**b** Sau nhà tôi có một vườn nhỏ.

**c** Trước khi đi Việt Nam anh phải gọi điện thoại mẹ.

**d** Sau khi lấy chồng chị Mai đi du lịch nước Anh.

**e** Trước giờ làm việc tôi thích đi chơi.

**f** Sau khi tôi về nhà tôi thường giúp mẹ nấu cơm.

**5 a** If she cannot speak English then she cannot apply for a job with that company.

**b** I enjoy working at this firm in spite of the fact that I have to work a lot.

**c** If you meet her, you will like her.

**d** When I return home I enjoy watching television.

**e** Although it is raining we are still playing football.

**f** If you are ill then you should stay at home.

**g** Although I am very tired I still try to go to work.

**6 a** Yes; **b** Yes; **c** It is not cheap; **d** Yes; **e** Yes, soon

**Test yourself**

**1** c ; **2** c; **3** c; **4** c

**5 a** Outside in the yard there are two bicycles.

**b** They are sitting inside the house.

**c** The dog lies under the table.

**d** There is a chicken in the yard.

**e** There are two dictionaries on the table.

**f** Behind the library is a restaurant.

**g** What is downstairs? Downstairs is a bathroom.

**h** Mr Bình lives on the third floor.

**UNIT 10**

**Discovery question**

Ba lô means a rucksack and the Vietnamese use the term du lịch ba lô for backpacking.

Xe ôm is a motorbike taxi. Xích lô is a pedicab/rikshaw.

**Conversation and comprehension 1**

a sleeping carriage

**Conversation and comprehension 2**

**1 a** John is going to Huế; **b** He needs platform 4.

**2** yes

**3 a** 100 US$; **b** yes; **c** motorbike; **d** yes

**Practice**

**1 a** Bị. Kiến was criticised by his teacher for being late.
**b** Bị. I am hungry.
**c** Bị. Last night Lan stayed up late therefore today she is very tired.
**d** Được. Lan was praised by her teacher for studying hard.
**e** Bị. My father was fined by the police for speed driving.
**f** Được. Mrs Mai, the receptionist at the Bông Sen hotel, was praised by tourists.
**g** Bị. My mum is ill.
**h** Bị. Mr Hùng got caught in the rain on his way home.

**2 a** Bạn tôi bị khát.
**b** Ông Brown đã lên Tám Đảo công tác.
**c** Xe máy của Nam bị hỏng.
**d** Trên gác có hai phòng.
**e** Peter bị phạt vì lái xe nhanh.
**f** Bà Baker ra nhà ga.
**g** Tôi sống ở Hà Nội nhưng tuần sau tôi phải vào Thành phố Hồ Chí Minh.
**h** Tôi bị đau đầu.
**i** Các khách du lịch xuống tàu hỏa ở Huế.
**j** Hoa, xuống đi đi!
**k** Con chó của tôi chạy ra ngoài.

**3 a** Ho Chi Minh City; **b** yes; **c** no; **d** 13.35; **e** 100 minutes

**4 a** incorrect; **b** correct; **c** incorrect; **d** guest B

**5 a** Yes; **b** Yes, it is free; **c** By bus provided by the hotel; **d** Yes; **e** Yes; **f** Yes; **g** They are free of charge

**6** If you want to travel throughout Vietnam then you should go by train. Although going by plane is quicker you will not be able to admire the scenery. And when you go by car the it takes a long time. Going by train is very interesting. When you re in Vietnam you should visit the One Pillar Pagoda in Hanoi, the Hạ Long bay, teh Mekong delta, Củ Chi tunnels, the Phú Quốc island, the terrace fields of Sa Pa, the royal tombs in Huế and the old streets of Hội An.

**Taking it further**

**1 a** 4; **b** the dry season and the rainy season; **c** From May until August; **d** 4 months

**Test yourself**

**1 a** Tôi muốn một phòng đơn với mạng internet miễn.
**b** Tôi muốn một phòng đôi với phòng tắm.
**c** Tôi muốn một phòng ở tầng.

**2 a** Tôi muốn trả bằng tiền mặt, có được không?
**b** Khách sạn này có phục vụ thuê xe không?
**c** Khách sạn này có mạng internet không?
**d** Mạng internet ở đây có miễn phí không?

**3 a** Phòng của tôi bẩn.
**b** Trong tủ lạnh không có nước khoáng.
**c** Phòng này nhỏ quá.

**4** Trước khi đi du lịch Việt Nam tôi phải
**a** mua bản đồ
**b** nhận visa
**c** đặt phòng trên mạng
**d** đọc dự báo thời tiết
**e** mua sách hướng dẫn du lịch Việt Nam

# Vietnamese–English glossary

**ALPHABET**

**a ă â b c (ch) d đ e ê g (gh) (gi) h i k (kh) l m n (ng) (ngh) o ô ơ p (ph) q r s t (th) (tr) u ư v x y**

| | |
|---|---|
| Á, châu Á | *Asia* |
| ạ | *final particle indicating politeness or respect* |
| ai? | *who?* |
| an ninh | *safe, secure* |
| Anh (nước Anh) | *England, Britain* |
| anh (trai) | *older brother* |
| anh ấy | *he* |
| áo | *dress, blouse, jacket* |
| áo dài | *long tunic (traditional Vietnamese dress)* |
| áo len | *jumper, sweater* |
| áo mưa | *raincoat* |
| ăn | *to eat* |
| ăn cơm | *to eat (lit. to eat rice)* |
| ăn chay | *to be a vegetarian* |
| âm lịch | *lunar calendar* |
| ấm | *warm* |
| ấm | *teapot, kettle* |
| Âu, châu Âu | *Europe* |
| ấy | *that, those* |
| | |
| ba | *three* |
| bà | *grandmother* |
| bà ngoại | *maternal grandmother* |
| bà nội | *paternal grandmother* |
| bác | *uncle* |
| bác sĩ | *doctor* |
| bài | *lesson, text* |
| bài báo | *newspaper article* |
| bài đọc | *text* |
| bàn | *table* |
| bản đồ | *map* |
| bán | *sell* |
| bạn (bạn tôi) | *friend (my friend)* |
| bánh | *cake, pie, pastry* |

| | |
|---|---|
| bánh cuốn | steamed spring roll |
| bánh mì | bread |
| bánh tôm | shrimp cake |
| bao gồm | contain, include |
| bao giờ? | when? |
| bao lâu? | how long? |
| bao nhiêu? | how much? how many? |
| bảo tàng | museum |
| bảo tàng lịch sử | History Museum |
| báo, tờ báo | newspaper |
| bát | bowl |
| bay (máy bay) | fly (plane) |
| Bắc | North |
| bằng | to be equal, by means of, made of |
| bắt đầu | to start, to begin |
| bẩn | dirty |
| bận | busy |
| bây giờ | now |
| bất cứ | any |
| bên | (on the) side (of) |
| (bên) cạnh | beside, next to, by |
| bên phải | on the right side |
| bên trái | on the left side |
| bệnh | illness |
| bệnh viện | hospital |
| bếp | kitchen |
| bị | to suffer |
| bia | beer |
| biển | sea |
| biểu diễn | performance |
| biết | know |
| bình thường | normal, usual |
| bò, con bò | cow |
| bóng bàn | table tennis |
| bóng đá | football |
| bố | father |
| bố mẹ | parents |
| bộ | a set (of something) |
| bôi (nước hoa) | to wear (perfume) |
| bơ | butter, avocado |
| bờ (bờ biển) | bank, beach |
| buổi | part of day |
| buồn | sad |
| buồn ngủ | sleepy |

| | |
|---|---|
| bún | noodles |
| bức | flat, rectangular things (classifier) |
| bức ảnh | photograph |
| bưu điện | post office |
| bưởi | grapefruit |
| | |
| cà chua | tomato |
| cà phê | coffee |
| cả | all, whole, altogether |
| cá | fish |
| cá hấp nấm hương | steamed fish with mushrooms |
| các | plural marker |
| cách đây | ago, distance from here (in space or in time) |
| cái | thing, general classifier |
| cam | orange |
| cảnh | view, landscape, scenery |
| cạnh | by, next to, beside |
| cao | tall, high |
| cay | spicy |
| cắn | bit |
| cấm | forbid, ban, negative imperative particle (don't) |
| câu cá | fishing |
| cây | tree |
| cẩn thân | carefully |
| cấp cứu | first aid, emergency treatment (**xe cấp cứu** ambulance) |
| cất cánh | take off |
| cha | father |
| chả giò | spring rolls |
| chai | bottle |
| chán | boring |
| chanh | lemon |
| chào | hello, to greet |
| cháu | grandchild |
| chạy | to run |
| chăm chỉ | industrious, hardworking |
| chắc | certainly |
| chắc chắn | definitely, for sure, certainly |
| châu | continent |
| châu Á | Asia |
| châu Âu | Europe |
| chậm | slow |
| chị (gái) | older sister |
| chị ấy | she |

| | |
|---|---|
| chỉ . . . thôi | only |
| chiếc | classifier for manufactured items (vehicles), individual items from a pair |
| chiều, buổi chiều | afternoon |
| chim | bird |
| chín | nine |
| chín | ripe |
| chết | to die |
| cho | for, to |
| cho (phép) | allow, to give permission |
| chó, con chó | dog |
| chọn/lựa chọn | choose, select |
| chỗ | place |
| chỗ để xe | parking place |
| chôm chôm | rambutan |
| chồng | husband |
| chơi | to play (**đi chơi** to go out, go for a walk) |
| chớ | negative imperative particle (do not) |
| chờ | wait |
| chợ | market |
| chủ nhật | Sunday |
| chùa | pagoda |
| chúc (mừng) | to wish, congratulate |
| chúng tôi, chúng ta | we |
| chụp (ảnh) | take a photograph |
| chuối, quả chuối | banana |
| chuyển (chỗ ở) | to move |
| chuyến | classifier for journeys, trips |
| chuyến đi (chuyến bay) | trip, journey (flight) |
| chưa | not yet |
| chưa bao giờ | never |
| chữa | repair |
| con | classifier for animals |
| con người | people, humankind |
| con gái | daughter |
| con trai | son |
| có lẽ | perhaps, maybe |
| có thể | can, be able to |
| còn | still, continue to, how about |
| cô | Miss, aunt |
| cô ấy | she |
| cô giáo | (female) teacher |
| công an | police |
| công tác | to work |

| | |
|---|---|
| công việc | *work* |
| công viên | *park* |
| cố gắng | *to make an effort, try* |
| cốc | *glass* |
| cơ bản | *basic, simple* |
| cơ quan | *office, agency* |
| cơm | *cooked rice* |
| cơm chay | *vegetarian meal* |
| cơm chiên | *fried rice* |
| cỡ | *size* |
| cũ | *old (opposite to new)* |
| của | *belonging to, of (***bạn của anh*** Nam Nam's brother)* |
| của ai? | *whose?* |
| cũng | *also* |
| cuộc | *process, activity, entity involving interaction with games, contests, meetings, parties, struggles (classifier)* |
| cuối (đường) | *end (of the road)* |
| cuốn | *volume (classifier)* |
| cứ | *keep on doing sth., persist, continue* |
| cửa ra vào | *door* |
| cửa sổ | *window* |
| cửa hàng | *a shop* |
| cửa hàng bách hoá | *department store* |
| cửa hàng lưu niệm | *souvenir shop* |
| cưới | *to marry* |
| cười | *to smile, laugh* |
| cứu hỏa | *fire brigade* |
| | |
| da cam | *(to be) orange* |
| dạ dạ | *polite response particle* |
| danh lãm thắng cảnh | *sights* |
| dài | *long* |
| dạo này | *these days* |
| dày | *thick* |
| dạy | *to teach* |
| dậy | *get up* |
| dễ | *simple, easy* |
| di tích lịch sử | *historical monuments* |
| dịch | *to translate* |
| diện tích | *area* |
| dịp (vào dịp) | *occasion (on the occasion of)* |
| dọc | *along* |

| | |
|---|---|
| du lịch | travel, journey, tourism |
| du lịch ba lô | backpaking |
| du lịch trọn gói | a package travel |
| dùng | to use |
| dự | participate, take part |
| dự báo thời tiết | the weather forecast |
| dừa, quả dừa | coconut |
| dứa, quả dứa | pineapple |
| dương lịch | solar calendar |
| dưới | under |
| đá | stone, rock, ice |
| đã | past tense marker |
| đại sứ quán | Embassy |
| đang | be engaged in doing sth., (grammatical particle for present tense) |
| đau | to hurt, pain |
| đau đầu | to have a headache |
| đặc biệt | special |
| đặc sản | special (dish), speciality |
| đăng ký | to register |
| đắt | expensive |
| đặt | to place, put |
| đặt (trước) | to book, reserve |
| đậm | dark |
| đất nước | country |
| đâu? | where? |
| đầu (bị đau đầu) | head (to have a headache) |
| đầu tiên | first |
| đây | here, this |
| đầy | be full (of), filled with |
| đấy | there |
| đen | (to be) black |
| đeo (kính, đồng hồ, vòng) | to wear (glasses, wristwatch, necklace) |
| đẹp | nice, pretty, beautiful |
| để | in order to |
| đề nghị | propose, suggest |
| đến | to, until |
| đến | to come, arrive |
| đêm | night |
| đi | imperative particle |
| đi | to go |
| đi (giày) | to wear (shoes) |
| đi bộ | to go on foot |
| đi dạo | go for a walk |

| | |
|---|---|
| đi xem phim | to go to the cinema |
| địa chỉ | address |
| địa điểm | location, place |
| điều | thing, matter |
| điều hòa nhiệt độ | air conditioning |
| định | to decide, intend to do |
| đỏ | (to be) red |
| đón | welcome, meet |
| đóng (cửa) | close (door) |
| đóng va li | to pack a suitcase |
| đọc | read |
| đồ | things |
| đỗ xe | stop, pull up |
| độ | about, approximately |
| độc thân | single |
| đôi | a pair |
| đổi | to change, exchange |
| đối diện | opposite |
| đội (nón) | to wear (a hat) |
| Đông | East |
| đông | full, crowded, busy |
| động | winter |
| đồng | Vietnamese currency |
| đồng hồ | watch |
| đồng ý | agree |
| đủ | enough, to have/be enough |
| đu đủ | papaya |
| đũa | chopsticks |
| đúng | correct, right |
| đưa | take, bring |
| được | to receive |
| đứng | to stand |
| đừng | negative imperative particle |
| đừng (lo) | don't (worry) |
| | |
| em | younger sibling |
| em gái | younger sister |
| em trai | younger brother |
| | |
| ga (nhà ga) | railway station |
| gà | rooster |
| gác | floor |
| gạo | husked rice |
| găng tay | gloves |

| | |
|---|---|
| gặp | to meet |
| gần | near |
| ghét | hate |
| ghế | chair |
| gia vị | spices |
| gì? | what? |
| gia đình | family |
| già | old (opposite to young) |
| giá (giá bao nhiêu?) | price, value (How much does it cost?) |
| giá sách | bookshelf |
| giao thông | traffic, communication |
| giàu | rich |
| giày | shoes |
| giây | second |
| giặt | wash, launder |
| giận | be angry |
| giấy | paper |
| giấy vệ sinh | toilet paper |
| giỏi | be clever, good, skilful |
| gió (gió nhẹ) | wind (light wind) |
| giới thiệu | to introduce |
| giờ | hour |
| giờ làm việc | working hours |
| giống (như) | similar |
| gọi | call, to order |
| gồm | contain, include |
| giường | bed |
| giữa | between, among, in the middle |
| gửi | to send, to post |
| | |
| hạ (mùa hạ) | summer |
| hai | two |
| hài lòng | satisfied, content |
| hay | or |
| hạt tiêu | pepper |
| hay | interesting |
| hay | or |
| hãy | imperative particle |
| hàng (cửa hàng) | goods, merchandise (shop) |
| hàng (hàng ngày) | every (every day) |
| hàng không | aviation, airlines |
| hát | to sing |
| hân hạnh | be pleased, honoured |
| hè (mùa hè) | summer |

| | |
|---|---|
| hẹn | promise |
| hẹp | narrow |
| hết | to end, to finish |
| hiện đại | contemporary, modern |
| hiểu | understand |
| hiệu | shop, store |
| hiệu ăn | restaurant |
| hiệu sách | bookshop |
| hiệu thuốc | pharmacy |
| họ | they, family name |
| hoa (bông hoa) | flower |
| hoa quả | fruit |
| hoặc | or |
| học | to study, to learn |
| hỏi (câu hỏi) | to ask (question) |
| hỏi đường | ask directions |
| hỏng | broken, spoiled |
| hồ | lake |
| hộ chiếu | passport |
| hôm | day |
| hôm kia | the day before yesterday |
| hôm nay | today |
| hôm qua | yesterday |
| hồng | (to be) pink |
| hộp | box |
| hơn | be more (than) (comparative particle) |
| hút | to smoke |
| hướng dẫn (du lịch) | tourist guide |
| | |
| ít | a little, a few |
| | |
| kém | less |
| kẹo | sweets |
| kế toán | accountant |
| kết thúc | to finish, end |
| khá | rather, fairly |
| khách | guest, visitor |
| khách sạn | hotel |
| khát | to be thirsty |
| khăn quàng | scarf |
| khăn trải bàn | tablecloth |
| khen | to praise |
| khi (khi nào?) | when? |
| khí hậu | climate |

| | |
|---|---|
| khó | *difficult* |
| khoảng | *approximately, about* |
| khỏe | *healthy, strong (well, all right)* |
| không | *no, not* |
| khu vực | *region, area* |
| khuya | *late night* |
| ki lô mét | *kilometre* |
| kia | *(that one) over there (demonstrative)* |
| kính | *glasses* |
| kịp | *in time, have time* |
| kỷ niệm | *momento, souvenir, anniversary* |
| ký (tên) | *to sign (name)* |
| | |
| là | *to be* |
| lạ | *strange, unusual* |
| lạc đường (bị lạc đường) | *get lost* |
| lái xe | *to drive a vehicle* |
| làm việc | *to work* |
| làm vườn | *do gardening* |
| làm ơn | *please, do smb. a favour* |
| lạnh | *cold* |
| lăng (Lăng Hồ Chủ tịch) | *tomb, mausoleum (Hồ Chí Minh's mausoleum)* |
| lắm | *very, greatly* |
| lần | *occasion, time* |
| lần đầu tiên | *first time* |
| lâu (bao lâu?) | *long (how long?)* |
| lấy (xích lô) | *to take (a cyclo)* |
| lập gia đình | *to form a family, to get married* |
| len | *wool* |
| lên | *go up, get on* |
| lên lớp | *go to school* |
| lịch sử (viện bảo tàng lịch sử) | *history (History museum)* |
| lo lắng | *to worry* |
| loại | *type, kind* |
| lớn | *large, big* |
| lợn | *pig* |
| lúa | *rice plant* |
| lúa nếp | *glutinous, sticky rice* |
| lúa tẻ | *ordinary, non-sticky rice* |
| lụa | *silk* |
| luật sư | *lawyer* |
| lúc | *moment* |
| luôn luôn | *always* |

| | |
|---|---|
| lười | *lazy* |
| lương thực | *food, food product* |
| lý do | *reason, motive, cause* |
| | |
| mà | *but* |
| mạ | *rice seedling* |
| màu | *colour* |
| mát mẻ (mát mẻ) | *cool, fresh* |
| máy | *machine* |
| máy | *bay plane* |
| máy điện thoại (di động) | *telephone (mobile)* |
| máy tính | *computer* |
| mặc (áo) | *to wear (clothes)* |
| mất | *to lose, spend* |
| mất bao lâu? | *how long does it take?* |
| mây | *cloud* |
| mấy? | *how many? how much?* |
| mấy giờ? | *at what time?* |
| mẹ | *mother* |
| mèo | *cat* |
| mì | *noodles* |
| miền | *area, region* |
| miễn phí | *free of charge* |
| mồng (mùng) | *precedes numbers from 1–10 (when denoting first ten days in a month)* |
| một chút | *a little bit, for a little while* |
| một mình | *alone, by oneself* |
| mở (cửa) | *open (door)* |
| mới | *new* |
| mới | *past tense particle* |
| mời | *to invite* |
| mũ | *hat* |
| mua | *to buy* |
| mùa | *season* |
| mùa đông | *winter* |
| mùa hè | *summer* |
| mùa khô | *dry season* |
| mùa mưa | *rainy season* |
| mùa thu | *autumn* |
| mùa xuân | *spring* |
| muối | *salt* |
| muốn | *want* |
| muộn | *late* |
| mượn | *borrow* |

| | |
|---|---|
| nải (chuối) | *bunch (of bananas)* |
| Nam | *south* |
| nào | *which* |
| nay | *this* |
| này | *this* |
| năm | *five* |
| năm | *year* |
| năm nay | *this year* |
| năm ngoái, trước | *last year* |
| năm sau | *next year* |
| nằm | *to lie* |
| nắng | *sunny* |
| nấm | *mushroom* |
| nâu | *(to be) brown* |
| nấu | *cook* |
| nem rán (nem Sài Gòn) | *spring rolls* |
| nên | *should, ought to* |
| nên | *therefore* |
| nếu (nếu . . . thì) | *if (if . . . then)* |
| ngã ba | *crossroads* |
| ngã tư | *crossroads* |
| ngàn | *thousand (Southern Vietnamese expression)* |
| ngày | *day* |
| ngày kia | *the day after tomorrow* |
| ngày mai | *tomorrow* |
| ngày nghỉ | *holiday, day off* |
| ngắm | *admire, look at* |
| ngăn kéo | *drawer* |
| ngắn | *to be short* |
| ngân hàng | *bank* |
| nghe | *to hear, listen* |
| nghe nói | *they say* |
| nghèo | *be poor* |
| nghề (nghề nghiệp) | *occupation, profession* |
| nghỉ | *to have a rest* |
| nghĩa (nghĩa là) | *meaning (it means)* |
| nghiên cứu | *research* |
| nghìn | *thousand* |
| ngoại ô | *suburb, outskirts* |
| ngoài (nước ngoài) | *outside, (foriegn country, abroad)* |
| ngoài (ra) | *apart from* |
| ngoại | *outside, exterior* |
| ngon | *tasty* |
| ngon tuyệt | *delicious* |

| | |
|---|---|
| ngọt | sweet |
| ngôi | classifier for buildings |
| ngồi | to sit |
| ngôn ngữ | language |
| ngủ | to sleep |
| người | person, people (general classifier for people) |
| người Anh | English |
| người Ca-na-đa | Canadian |
| người Đức | German |
| người lái xe tắc-xi | taxi driver |
| người Mỹ | American |
| người Nhật (Nhật Bản) | Japanese |
| người Pháp | French |
| người Thái Lan | Thai |
| người Trung Quốc | Chinese |
| người Việt Nam | Vietnamese |
| người yêu | lover |
| nhà | house |
| nhà báo | journalist |
| nhà ga | railway station |
| nhà hát | theatre |
| nhà khách | guest house |
| nhà kinh doanh | businessman |
| nhanh | be fast, quick |
| nhạt | light |
| nhân viên | employee |
| nhận | to receive |
| nhất | first (superlative particle) |
| Nhật (Bản) | Japan |
| nhé | all right? |
| nhiệt đới | tropical |
| nhiệt độ | temperature |
| nhiệt độ trung bình | average temperature |
| nhiều | be a large amount, much, many, a lot |
| nhìn | look at |
| nho | grapes |
| nhỏ | small |
| nhớ | remember, recollect |
| như thế nào? | what is (sth.) like? |
| nhưng | but |
| những | plural marker |
| nó | she/he, it |
| nói (nói được) | speak, talk (to be able to speak) |
| nói chung | generally speaking |

| | |
|---|---|
| nói chuyện | to converse |
| nón | conical hat |
| nóng | be hot |
| nổi tiếng (về) | be famous (for) |
| nơi (vài nơi) | place (some places) |
| núi, dãy núi (lên núi) | mountain, mountain range (go to the mountains) |
| nữa | more |
| nửa | half |
| nước | water |
| nước | country |
| nước cam | orange juice |
| nước chanh | lemonade |
| nước hoa | perfume |
| nước khoáng | mineral water |
| nước mắm | fish sauce |
| | |
| ông | grandfather |
| ông ấy | he |
| ông ngoại | grandfather (mother's side) |
| ông nội | paternal grandfather |
| ở | in, at, to live |
| ở đâu? | where? |
| ơi | vocative particle |
| ớt | chillies |
| | |
| phải | must |
| Pháp | France |
| phê bình | to criticize |
| phim | film |
| phòng (phòng đôi) | room (double room) |
| phòng ăn | dining room |
| phòng bếp | kitchen |
| phòng khách | guest room, living room |
| phòng làm việc | study |
| phòng ngủ | bedroom |
| phòng tắm | bathroom |
| phòng vệ sinh | toilet |
| phố | street, road |
| phở | noodle soup |
| phục vụ | attendant, waiter |
| phút | minute |
| | |
| qua | (to go) over, across, to cross |
| quả | fruit, round objects (classifier) |

| | |
|---|---|
| quá | *excessively, too* |
| quan trọng | *important* |
| quảng trường | *a square* |
| quê | *homeland, birth place, native country, countryside* |
| quên (ngủ quên) | *to forget (to oversleep)* |
| quên mất | *forget* |
| quốc tế | *international* |
| quyển | *volume* |
| | |
| ra | *go out (of)* |
| ra nước ngoài | *go abroad* |
| rau | *vegetables* |
| rau quả | *vegetables and fruit* |
| rau sống | *raw vegetables* |
| rất | *very* |
| răng | *tooth* |
| rẻ | *cheap* |
| rẽ | *to turn* |
| rét | *cold* |
| riêng | *own* |
| rồi | *already* |
| rỗi | *spare time, free* |
| rộng | *wide* |
| rưỡi | *half past (in time)* |
| rượu | *alcohol* |
| | |
| sao | *why?* |
| sau | *behind, after* |
| sáu | *six* |
| sách | *book* |
| sách hướng dẫn du lịch | *tourist guide (a book)* |
| sạch | *clean* |
| sáng | *bright, morning* |
| sắp | *future tense marker (near future)* |
| sân | *yard (airport)* |
| sẽ | *future tense marker* |
| séc | *cheque* |
| sinh nhật | *birthday* |
| sinh viên | *student* |
| số | *size, number* |
| sông | *river* |
| Sông Hồng | *Red River* |
| Sông Cửu Long | *Mekong River* |
| sống | *live* |

| | |
|---|---|
| sốt | *temperature* |
| sơn mài | *lacquer* |
| sớm | *early, soon* |
| sử dụng | *make use of* |
| sữa | *milk* |
| sức khỏe | *health* |
| | |
| ta, chúng ta | *we (inclusive – includes listener)* |
| tách | *cup* |
| tại sao? | *why?* |
| tám | *eight* |
| tàu hỏa | *train* |
| tắc xi | *taxi* |
| tắm | *bath, bathe* |
| tặng | *to give, award* |
| tấm | *rectangular flat piece of material, with cloth, boards, etc. (classifier)* |
| tầng | *floor* |
| tập | *to practise* |
| tập thể dục | *do physical exercise* |
| tất cả | *all, whole altogether* |
| Tây | *West* |
| ten nít | *tennis* |
| tên (tên tôi) | *name (my name)* |
| thăm | *to visit* |
| tham dự | *participate in* |
| tham quan | *to go on a trip, excursion* |
| tháng | *months* |
| tháng ba | *March* |
| tháng bảy | *July* |
| tháng chạp | *December* |
| tháng chín | *September* |
| tháng giêng | *January* |
| tháng hai | *February* |
| tháng mười | *October* |
| tháng mười một | *November* |
| tháng này | *this month* |
| tháng năm | *May* |
| tháng sau | *next month* |
| tháng sáu | *June* |
| tháng tám | *August* |
| tháng trước | *last month* |
| tháng tư | *April* |
| thành | *become, turn into* |

| | |
|---|---|
| thành phố | *town, city* |
| thẳng (đi thẳng) | *straight (go straight ahead)* |
| thấp | *low* |
| thầy giáo | *(male) teacher* |
| thấy | *see, perceive* |
| thẻ tín dụng | *credit card* |
| theo | *according to, follow* |
| thể thao | *sport* |
| thế | *thus, so, in this manner* |
| Thế à? | *Is that so? Really?* |
| thế nào? (như thế nào?) | *how? (what is it like?)* |
| thế giới | *world* |
| thế kỷ | *century* |
| thêm | *to add, more* |
| thêu (thêu tay) | *embroider(ed), (hand embroidered)* |
| thì | *then, in that case* |
| thị thực | *visa* |
| thích | *to like* |
| thịt | *meat* |
| thịt bò | *beef* |
| thịt lợn | *pork* |
| thịt gà | *chicken meat* |
| thông minh | *be intelligent, bright* |
| thời gian | *time, period* |
| thời tiết | *weather* |
| thu (mùa thu) | *autumn* |
| thủ đô | *capital city* |
| thú vị | *interesting* |
| thuận tiện | *convenient* |
| thuê | *rent, hire* |
| thuốc | *drug, medicine* |
| thuyền | *boat* |
| thư | *letter* |
| thư ký | *secretary* |
| thư viện | *library* |
| thứ | *rank, ordinal number designator* |
| thứ ba | *Tuesday* |
| thứ bảy | *Saturday* |
| thứ hai | *Monday* |
| thứ năm | *Thursday* |
| thứ sáu | *Friday* |
| thứ tư | *Wednesday* |
| thử (mặc thử) | *try (try on)* |
| thực ăn | *food* |

| | |
|---|---|
| thực đơn | menu |
| thực phẩm | food |
| thường | often |
| tiếc (tiếc quá!) | regret, pity (what a pity!) |
| tiệc | party, reception |
| tiếng (tiếng Việt) | language (Vietnamese language) |
| tiếp (đi tiếp) | to continue (continue walking) |
| tiếp khách | receive visitors |
| tìm (dễ tìm) | to look for (easy to find) |
| tỉnh | province |
| to | big, large |
| tôi | I |
| tối (buổi tối) | evening |
| tôm | shrimp |
| tốt | good |
| tốt nghiệp đại học | to graduate from university |
| tờ | sheets of paper (classifier) |
| trà | tea |
| trả lời | answer |
| trai (con trai) | boy (son) |
| trái | fruit, round objects (classifier, used in south Vietnam) |
| trái | left |
| tranh lụa | painting on silk |
| tranh sơn mài | laquer picture |
| trắng | (to be) white |
| trẻ | young |
| trẻ con | child |
| treo | hang |
| trên | on (preposition) |
| trong | in, inside |
| trồng | to grow, to plan |
| trở nên | to become |
| trở thành | to become |
| trở về | to return |
| trời | weather (lit. sky) |
| trung tâm | centre |
| truyền hình vệ tinh | satellite TV |
| trưa | noon, midday |
| trứng | egg |
| trước | in front of, before |
| trước mắt | in front of (your) eyes |
| trường | school |
| trường đại học tổng hợp | university |

| | |
|---|---|
| tủ | cupboard |
| tủ áo | wardrobe |
| tủ lạnh | refrigerator |
| tùy (tùy anh) | to depend (it's up to you) |
| tuần | week |
| tuần này | this week |
| tuần sau | next week |
| tuần trước | last week |
| tuổi | years of age |
| tư (ngày thứ tư) | four (Wednesday) |
| từ | from |
| từ điển | dictionary |
| tươi | fresh |
| tường | wall |
| | |
| uống | drink |
| | |
| và | and |
| va li | suitcase |
| vài | a few, some |
| vàng | (to be) yellow, gold |
| vào | go in, enter |
| vắng | (to be) empty (of people), to be deserted |
| vâng | yes |
| vé | ticket |
| vé (khứ hồi) | ticket (return ticket) |
| vé một lượt | one way ticket |
| về | return, come back |
| về hưu | retire |
| vệ sinh | hygiene |
| vì | because |
| vì . . . nên | because . . . therefore |
| vì sao? | why? |
| viện bảo tàng | museum |
| viết | to write |
| vô tuyến truyền hình | television |
| vợ | wife |
| vợ chồng | husband and wife, Mr & Mrs |
| với | with |
| vừa (vừa mới) | past tense marker (recent past) |
| vui | cheerful, happy |
| vùng | area |
| vườn | garden |
| v.v. | etc. |

| | |
|---|---|
| xa | *far away* |
| xanh | *(to be) blue and green* |
| xanh (nước) biển | *(to be) blue* |
| xanh lá cây | *(to be) green* |
| xám | *(to be) grey* |
| xào | *stir fry* |
| xấu | *bad, ugly* |
| xe đạp | *bicycle* |
| xe điện ngầm | *the underground* |
| xe máy | *motorcycle* |
| xe ôm | *motorbike taxi* |
| xe ô tô | *car* |
| xin (xin mời) | *please* |
| xin lỗi | *excuse me* |
| xích lô | *cyclo, pedicab, rickshaw* |
| xoài | *mango* |
| xong | *to finish, end* |
| xung quanh | *around* |
| xuân (mùa xuân) | *spring* |
| xuống | *go down, downwards, get off* |
| xức | *to wear (perfume)* |
| | |
| y tá | *nurse* |
| ý kiến | *idea, opinion* |
| yên tĩnh | *peaceful, tranquil* |

# English–Vietnamese glossary

| | |
|---|---|
| *about* | về |
| *according* to | theo |
| *accountant* | kế toán |
| *acquainted* | quen |
| *across* | sang |
| *address* | địa chỉ |
| *afraid* | sợ |
| *afternoon* | buổi chiều |
| *age* | tuổi |
| *agree* | đồng ý |
| *air conditioning* | điều hoà nhiệt độ |
| *airport* | sân bay |
| *alcohol* | rượu |
| *allow me* | xin phép cho tôi |
| *alone* | một mình |
| *already* | rồi |
| *also* | cũng |
| *although* | tuy, mặc dù, dù |
| *always* | luôn luôn |
| *America* | (nước) Mỹ |
| *and* | và |
| *answer* | trả lời |
| *apart from* | ngoài (ra) |
| *approximately* | khoảng chừng, độ |
| *area* | khu vực |
| *around* | xung quanh |
| *as* | như |
| *Asia* | Châu Á |
| *ask* | hỏi |
| *at* | ở, tại |
| *at present* | hiện nay, lúc này |
| *attend* | tham dự |
| *autumn* | mùa thu |
| | |
| *banana* | chuối |
| *bank (bank account)* | ngân hàng (tài khoản ngân hàng) |
| *bathroom* | phòng tắm |
| *be* | là |
| *beach* | bãi biển |

| | |
|---|---|
| bed | giường |
| bedroom | phòng ngủ |
| beef | thịt bò |
| beer | bia |
| before | trước, trước khi |
| begin | bắt đầu |
| behind | sau |
| belong to | của |
| bicycle | xe đạp |
| big | lớn, to |
| bindweed (morning glory; type of green vegetable) | rau muống |
| birthday | ngày sinh, sinh nhật |
| black | (màu) đen |
| blue | (màu) xanh da trời, (màu) xanh nước biển |
| boat | thuyền |
| book | sách |
| book a ticket | đặt trước vé |
| boring | chán |
| bowl | bát |
| bread | bánh mì |
| box | hộp |
| bring | đưa, mang |
| British | Anh |
| broken | hỏng |
| brown | (màu) nâu |
| brush teeth | đánh răng |
| bus | xe búyt |
| busy | bận, bận rộn |
| buy | mua |
| by means of | bằng |
| | |
| call | gọi |
| can | có thể |
| capital city | thủ đô |
| car | ô tô, xe hơi |
| chair | ghế |
| change | thay đổi |
| cheap | rẻ |
| cheerful | vui vẻ |
| cheque | séc |
| chicken | gà |
| children | trẻ con |
| China | (nước) Trung Quốc |

| | |
|---|---|
| chopsticks | đũa |
| cinema | rạp chiếu bóng |
| class | lớp |
| climate | khí hậu |
| cloud | mây |
| coconut | (quả) dừa |
| coffee | cà phê |
| cold | lạnh |
| colour | màu |
| convenient | thuận tiện |
| cook | nấu ăn |
| cool | mát |
| country | nước, đất nước |
| cow | (con) bò |
| credit card | thẻ tín dụng |
| criticize | phê bình |
| crossroads | ngã tư, ngã ba |
| crowded | đông người |
| cure | chữa bệnh |
| | |
| daughter | con gái |
| day | ngày |
| dear | thân mến |
| decide | (quyết) định |
| delicious | ngon tuyệt |
| different | khác |
| difficult | khó |
| dish | món ăn |
| doctor | bác sĩ |
| don't | đừng |
| drink | uống |
| drive | lái xe |
| dry (dry season) | khô (mùa khô) |
| | |
| each | mỗi |
| early | sớm |
| east | (phía) Đông |
| easy | dễ |
| eat | ăn (ăn cơm) |
| embassy | đại sứ quán |
| embroidered | thêu |
| empty | trống |
| Europe | Châu Âu |

| | |
|---|---|
| *evening* | buổi tối |
| *expensive* | đắt |
| *explain* | giải thích, giảng |
| | |
| *family* | gia đình |
| *famous* | nổi tiếng |
| *far* | xa |
| *fast* | nhanh |
| *father* | bố, cha, ba |
| *feel* | cảm thấy |
| *film* | phim |
| *finish* | kết thúc |
| *fish* | cá |
| *fish sauce* | nước mắm |
| *flat* | căn hộ |
| *flower* | hoa |
| *follow* | theo |
| *food* | thức ăn |
| *football* | bóng đá |
| *forecast* | dự báo |
| *forget* | quên |
| *foreigner* | người nước ngoài |
| *France* | (nước) Pháp |
| *fresh* | tươi |
| *fridge* | tủ lạnh |
| *friend* | bạn |
| *from* | từ |
| *fruit* | hoa quả |
| *fry* | rán |
| *full* | đầy |
| | |
| *garden* | vườn |
| *get up* | dậy |
| *give birth* to | sinh |
| *glasses* | kính |
| *gloves* | găng tay |
| *go* | đi |
| *go for a walk* | đi dạo |
| *good* | tốt |
| *goodbye* | chào (tạm biệt) |
| *goods* | hàng hoá |
| *grandfather* | ông |
| *grandmother* | bà |

| | |
|---|---|
| green | (màu) xanh lá cây |
| group | đoàn |
| guest | khách |
| | |
| hate | ghét |
| have | có |
| have lunch | ăn trưa |
| have to | phải |
| he | anh ấy |
| head | đầu |
| headache | đau đầu |
| health | sức khỏe |
| healthy | khỏe |
| hello | chào |
| help | giúp đỡ |
| here | đây |
| high | cao |
| hire | thuê |
| history | lịch sử |
| hope | hy vọng |
| hospital | bệnh viện |
| hot | nóng |
| hotel | khách sạn |
| hour | giờ |
| house | nhà |
| how? | (như) thế nào? |
| how far? | bao xa? |
| how long? | bao lâu? |
| how many? how much? | mấy? bao nhiêu? |
| husband | chồng |
| hygiene | vệ sinh |
| | |
| if | nếu |
| important | quan trọng |
| in | ở, tại, vào, trong |
| intend | định |
| Italy | (nước) Ý |
| | |
| journalist | nhà báo |
| juice | nước hoa quả |
| | |
| kilometre | cây số, ki lô mét |
| kitchen | bếp |
| know | biết |

| | |
|---|---|
| lacquer | sơn mài |
| lake | hồ |
| landscape | phong cảnh |
| language | tiếng, ngôn ngữ |
| large | lớn |
| late | muộn |
| laugh | cười |
| lawyer | luật sư |
| learn | học |
| left | (phía) trái |
| lemonade | nước chanh |
| letter | thư |
| library | thư viện |
| life | (cuộc) sống |
| like | thích |
| listen | nghe |
| live | sống, ở |
| luggage | hành lý |
| | |
| make | làm |
| mango | (quả) xoài |
| many | nhiều |
| market | chợ |
| marry | cưới, lấy vợ/chồng |
| maybe | có lẽ |
| meat | thịt |
| meet | gặp |
| meeting | (cuộc) họp |
| melon | quả dưa |
| menu | thực đơn |
| mine | của tôi |
| minute | phút |
| month | tháng |
| more | hơn |
| motorcycle | xe máy |
| mother | me, mạ |
| mountain | núi |
| museum | viện bảo tàng |
| mushroom | nấm |
| must | phải |
| | |
| name | tên |
| near | gần |

| | |
|---|---|
| need | cần |
| new | mới |
| newspaper | báo |
| nice | đẹp, xinh |
| no | không |
| noisy | ồn ào |
| normal | bình thường |
| north | phía Bắc |
| not | không |
| now | bây giờ, hiện nay |
| nurse | y tá |
| | |
| office | cơ quan, văn phòng |
| often | hay |
| old | già, cũ |
| on | trên |
| one | một |
| only | chỉ ... thôi |
| open | mở |
| opinion | ý kiến |
| opposite | đối diện |
| orange | (quả) cam |
| orange (colour) | màu da cam |
| order (meal) | gọi (món ăn) |
| ought to | nên |
| | |
| pagoda | chùa |
| pain | đau |
| pair | đôi |
| papaya | (quả) đủ đủ |
| parents | bố mẹ |
| park | công viên |
| parking place | chỗ để xe |
| passport | hộ chiếu |
| pepper | hạt tiêu |
| perform | diễn |
| perfume | nước hoa |
| perhaps | có lẽ |
| person | người |
| photograph | bức ảnh |
| pig | (con) lợn/heo |
| pineapple | (quả) dứa |
| place | chỗ, nơi |
| plane | máy bay |

| | |
|---|---|
| play | chơi |
| please | xin |
| poor | nghèo |
| pork | thịt lợn/heo |
| post office | bưu điện |
| prepare | chuẩn bị |
| print | in |
| profession | nghề |
| professor | giáo sư |
| propose | đề nghị |
| province | tỉnh |
| put | đặt, để |
| | |
| quickly | nhanh, nhanh chóng |
| quiet | yên tĩnh |
| | |
| railway station | nhà ga |
| rain (rainy season) | mưa (mùa mưa) |
| rambutan | (quả) chôm chôm |
| rather | khá |
| read | đọc |
| receive | nhận |
| receptionist | tiếp viên |
| red | (màu) đỏ |
| Red River | Sông Hồng |
| relatives | họ hàng |
| rent | thuê |
| repair | (sửa) chữa |
| reply | trả lời |
| reporter | phóng viên |
| rest | nghỉ |
| restaurant | hiệu ăn, nhà hàng |
| retire | về hưu |
| return | trở về, trở lại |
| rice | gạo (mạ, lúa, thóc) |
| rich | giàu |
| rickshaw | xích lô |
| right | (phía) phải, đúng (correct) |
| river | sông |
| road | đường |
| run | chạy |
| | |
| sad | buồn |
| safe | an ninh, an toàn |

| | |
|---|---|
| sales assistant | người bán hàng |
| salt (salty) | muối (mặn) |
| scenery | phong cảnh |
| sea | biển |
| secretary | thư ký |
| see | nhìn, xem, thấy |
| send | gửi |
| shirt | áo sơ mi |
| shoes | giày dép |
| shopping | mua bán |
| should | nên |
| sightseeing | tham quan |
| sign | ký |
| silk | lụa |
| single | độc thân |
| sit | ngồi |
| size | cỡ, số |
| sleep | ngủ |
| small | nhỏ |
| smoke | hút (thuốc lá) |
| soup | xúp |
| sour | chua |
| south | phía Nam |
| speciality | đặc sản |
| spicy | cay |
| sport | thể thao |
| spring | mùa xuân |
| spring roll | nem rán, chả giò |
| stall | quán |
| start | bắt đầu |
| still | còn, vẫn còn |
| strong | mạnh |
| student | sinh viên |
| study | học |
| suburbs | ngoại ô |
| sugar | đường |
| suitcase | va li |
| summer | mùa hè (mùa hạ) |
| sunny | nắng |
| sweet | ngọt |
| | |
| table | bàn |
| take | lấy |
| take part | tham dự, tham gia |

| | |
|---|---|
| talk | nói (chuyện) |
| tasty | ngon |
| tea | trà, chà |
| teacher | giáo viên, thầy giáo (male), cô giáo (female) |
| telephone (mobile telephone) | mấy điện thoại (mấy điện thoại di động) |
| temperature | nhiệt độ |
| thank you | cảm ơn, cảm ơn |
| then | thì |
| therefore | nên, vì vậy |
| they | họ |
| think | nghĩ |
| thirsty | khát |
| this | này |
| ticket | vé |
| time | thời gian |
| tired | mệt |
| today | hôm nay |
| toilet | phòng vệ sinh |
| tomato | cà chua |
| tomorrow | ngày mai |
| tourist | người du lịch |
| translate | dịch |
| travel | đi du lịch |
| tree | cây |
| turn | rẽ |
| | |
| under | dưới |
| understand | hiểu |
| university | trường đại học tổng hợp |
| until | đến |
| use | dùng |
| | |
| vase | lọ hoa |
| vegetables | rau |
| very | rất, lắm, quá |
| Vietnam | (nước) Việt Nam |
| visa | thị thực |
| visitor | khách |
| | |
| wait | chờ, đợi |
| waiter | người phục vụ |
| wake up | thức dậy |
| walk | đi bộ |

| | |
|---|---|
| wall | tường |
| want | muốn |
| warm | ấm |
| watch (see) | xem |
| watch (wristwatch) | đồng hồ |
| water | nước |
| water rice | lúa nước |
| we | chúng tôi, chúng ta |
| wear | mặc, đi, đeo, đội |
| weather | thời tiết |
| week | tuần |
| welcome | đón |
| west | phía Tây |
| what? | gì? |
| what time? | mấy giờ? |
| when? | bao giờ? khi nào? lúc nào? |
| where? | đâu? |
| which? | nào? |
| white | (màu) trắng |
| who? | ai? |
| why? | tại sao? vì sao? |
| wife | vợ |
| wind | gió |
| window | cửa sổ |
| wine | rượu vang |
| winter | mùa đông |
| with | với |
| work | làm việc |
| worry | lo lắng |
| write | viết |
| wrong | sai |
| | |
| year | năm |
| years of age | tuổi |
| yellow | vàng |
| yes | vâng |
| young | trẻ |